ಸ್ಪರ್ಧಾತ್ಮಕ ಪರೀಕ್ಷೆಗೆ – ಕೈಪಿಡಿ

ಸ್ಪರ್ಧಾತ್ಮಕ ಪರೀಕ್ಷೆ ಪ್ರಶ್ನೆಗಳ ಬಗ್ಗೆ

ಸಿ ಜಿ ನಾಗರಾಜ

ISBN 979-8-88606-338-7

ವಿಷಯಗಳ ಪಟ್ಟಿ

1. ಮುನ್ನುಡಿ

ಅನೇಕ ವಿಷಯಗಳನ್ನು ನೀವು Primary, Middle, High School, College, ಗಳಲ್ಲಿ ಓದಿ, ತಿಳಿದು ಕೊಂಡು ಪರೀಕ್ಷೆಗಳಲ್ಲಿ ಪಾಸ್ ಮಾಡಿ, ಅನೇಕ ವರ್ಷಗಳು ಆಗಿರಬಹುದು. ಜೊತೆಗೆ, ಪ್ರತಿನಿತ್ಯದಲ್ಲಿ TV, NEWS PAPER, ನಿತ್ಯ ಜೀವನದ ಅನುಭವ ಆಗಿರುವುದು ಸಹಜ.

ಹಾಗೆಯೇ, ನಮ್ಮ ದೈನಂದಿನ ಅನುಭವದಲ್ಲಿ, ಪರಿಸರ, ಹಣಕಾಸಿನ ವಿಷಯಗಳು, ವೈದ್ಯಕೀಯ ಸಂಗತಿಗಳು, ರಾಜಕೀಯ ವಿದ್ಯಮಾನಗಳು, ಹವಾಮಾನದ ವೈಪರೀತ್ಯಗಳು, ಹಾನಿಕಾರಕ ರೋಗಗಳು, ಆಹಾರದ ದುರುಪಯೋಗ, ವ್ಯವಸಾಯದಲ್ಲಿ ಆಗಿರುವ ಬದಲಾವಣೆಗಳು, ಗಾಳಿಯ ಮಾಲಿನ್ಯ, ನೀರಿನ ಮಾಲಿನ್ಯ, ಆಹಾರದ ಮಾಲಿನ್ಯ, ಭೂಮಿಯ ಮಾಲಿನ್ಯ, ವಾಹನಗಳ ಹೆಚ್ಚುವಿಕೆಯಿಂದ ಆಗುವ ಆಪಾಯ, ವಿಜ್ಞಾನ ಮತ್ತು ಗಣಿತದ ಪರಿಕಲ್ಪನೆಗಳಿಂದ ಅನೇಕ ಅನುಭವ, ಹೀಗೆ ಅನೇಕ ವಿಷಯಗಳನ್ನು ನೀವೆಲ್ಲಾ ತಿಳಿದಿರುವಿರಿ,

ಈಗ ನೀವು ಬರೆಯುವ Competitive ಪರೀಕ್ಷೆ ಗಳಲ್ಲಿ ಇವುಗಳ ಬಗ್ಗೆ ಪ್ರಶ್ನೆಗಳಿಗೆ ಉತ್ತರ ಬರೆದು pass ಆಗಬೇಕಾದರೆ ಹೆಚ್ಚು ಅಂಕಗಳನ್ನು ಗಳಿಸಬೇಕು. ಆ ದೃಷ್ಟಿಯಿಂದ ಸಾಮಾನ್ಯವಿಜ್ಞಾನ ಮತ್ತು General Studies ಪರಿಕಲ್ಪನೆಗಳಿಗೆ, MCQ's ಹಾಗೂ ಒಂದು Q ಮತ್ತು ಒಂದು A, ಎಂಬ ಶೀರ್ಷಿಕೆಯಲ್ಲಿ, ಸಾಮಾನ್ಯ ವಿಜ್ಞಾನಕ್ಕೆ ಮತ್ತು ಸಾಮಾನ್ಯ ಜ್ಞಾನಕ್ಕೆ ಸಂಬಂಧಿಸಿದ CONTENT-ವಿಷಯಗಳ ಬಗ್ಗೆ ಅನೇಕ ರೀತಿಯ ಪ್ರಶ್ನೆಗಳು ಹಾಗು ಉತ್ತರಗಳನ್ನು ಕೊಟ್ಟಿದ್ದೇನೆ. ನೀವು ಈ ವಿಷಯ ಗಳನ್ನು ಅನೇಕ ಸಾರಿ ಓದಿ ಮನನ ಮಾಡಿಕೊಳ್ಳಿ, ಪುನಾವರ್ತನೆ ಮಾಡಿ,ಅನುಕೂಲವಾಗಬಹುದು ಎಂದು ತಿಳಿದಿದ್ದೇನೆ.

ಈ ಕೈ ಪಿಡಿಯಲ್ಲಿ General Studies ಬಗ್ಗೆ ಪ್ರಶ್ನೆಗಳು ಮತ್ತು ಸಲಹೆಗಳು ಇವೆ. ಬೇರೆ ವಿಷಯಗಳ ಬಗ್ಗೆ,ಅಂದರೆ ಚರಿತ್ರ, ಭೂಗೋಳ,ಗಣಿತ, ಪಾಲಿಟಿಕ್ಸ್ ಮೊದಲಾದ ವಿಷಯಗಳ ಕೊಟ್ಟಿಲ್ಲಾ.

ನಿಮ್ಮ ಅನುಭವಗಳ ಸಾರಾಂಶವೇ ಸ್ಪರ್ಧಾತ್ಮಕ ಪರೀಕ್ಷೆಗಳ-Competitive Exams ಗಳಿಗೆ syllabus-ಅಥವಾ Curriculum, ಅಂದರೆ Sum Total of all your Experiences. ಯಾವ ಹಂತದ ಸ್ಪರ್ಧಾತ್ಮಕ ಪರೀಕ್ಷೆ-Competitive Exam- ಆಗಿರಲಿ ಈ ಕೆಳಗೆ ನಮೂದಿಸಿರುವ ವಿಷಯಗಳ ಆಧಾರದ ಮೇಲೆ OBJECTIVE TYPE MCQ ಗಳು ಇರುತ್ತವೆ.

2. Syllabus-Curriculum

ನಿಮ್ಮ ಪರೀಕ್ಷೆಗಳ ಬಗ್ಗೆ ಹೆಚ್ಚುತಿಳಿಯ ಬೇಕಾದರೆ VISWA KINGDOM YouTube Channel ನಲ್ಲಿ Prof.Vishwa Raj ಅವರ ಉಪನ್ಯಾಸಗಳನ್ನು ಕೇಳಿ.

ನಮ್ಮನಿತ್ಯ ಜೈವಿಕ ಕಾರ್ಯ ಮತ್ತು ಜೀವನಕ್ಕೆ ಸೇರಿರುವ ಪರಿಸರದ ವ್ಯವಸ್ಥೆ, ಆನೇಕ ಸಮಸ್ಯೆ, ಅನುಕೂಲ, ತೊಂದರೆ, ನಿವಾರಣೆ ಎಲ್ಲವನ್ನೂಕಲಿಸಿದೆ. ನಿಮ್ಮ ಪರೀಕ್ಷೆಯಲ್ಲಿ ಈ ವಿಷಯಗಳ ಬಗ್ಗೆ ನಿಮ್ಮನ್ನು ಪರೀಕ್ಷೆಮಾಡಲು ಪ್ರಶ್ನೆಗಳನ್ನು ಬೇರೆ ಬೇರೆ ರೂಪಗಳಲ್ಲಿ ಕೇಳುತ್ತಾರೆ, ಆದರೆ ಉತ್ತರಗಳು ಒಂದೇ ಆಗಿರುವುದು., ಕಾರಣ OBJECTIVE TYPE QUESTIONS ಇರುತ್ತವೆ.

ಯೋಚನೆಮಾಡಿ, ಊಹಿಸಿ, ಜ್ಞಾಪಕ ಮಾಡಿಕೊಂಡು ಸರಿಯಾಗಿದೆ ಎಂದು ಮನದಟ್ಟವಾದಾಗ ಉತ್ತರವನ್ನು tick ಮಾಡಬೇಕು. ಇವೆಲ್ಲವನ್ನೂ ನಿಮ್ಮ ಮೆದುಳು ಕೆಲವೇ seconds ನಲ್ಲಿ ಮಾಡುವುದು.

ಜೀವ ವಿಜ್ಞಾನ, ರಾಸಾಯನಿಕ ವಿಜ್ಞಾನ, ಬೌತ ವಿಜ್ಞಾನ, ಸಾಮಾನ್ಯ ಜ್ಞಾನ, ನಿತ್ಯದ ಅನುಭವ, TV News, News-Paper, Political-activities ಇವುಗಳ ಸಹಾಯ ಹಾಗೂ ಹಿಂದಿನ ಪ್ರಶ್ನೆ ಪತ್ರಿಕೆಗಳ ವಿಶ್ಲೇಷಣೆ ಮಾಡಿ ನೂರಕ್ಕಿಂತ ಹೆಚ್ಚು ಪ್ರಶ್ನೆ ಮತ್ತು ಉತ್ತರಗಳನ್ನು ಕೊತ್ತಿದ್ದೇನೆ.

ಇದು ಒಂದು ಪ್ರಾಯೋಗಿಕ ಪುಸ್ತಕ, ಹೆಚ್ಚು ಉಪಯೋಗವಾದಲ್ಲಿ ಮುಂದೆ ಪುಸ್ತಕದ ರೂಪದಲ್ಲಿ ಅನೇಕ ವಿಷಯ ತರಬಹುದು. YouTube ನಲ್ಲಿ ಇರುವ ನನ್ನ VIDEO ಗಳನ್ನುನೋಡಿದರೆ ಸಹಾಯವಾಗಬಹುದು.

GENERAL STUDIES –ಸಾಮಾನ್ಯ ಜ್ಞಾನ-ಪ್ರಶ್ನೆಪತ್ರಿಕೆ –ವಿಶ್ಲೇಷಣೆ

2018 ರ ಸಾಮಾನ್ಯ ಜ್ಞಾನದ ಪ್ರಶ್ನೆಪತ್ರಿಕೆ

100 Objective Type- M C Q's, 150 ಅಂಕಗಳು, 90 ನಿಮಿಷ

ಪ್ರಶ್ನೆಗಳನ್ನು ನೋಡದಾಗ ಹೆದರಿಕೆ ಆಗುವುದು.ಆದರೆ ಅನೇಕ ವಿಷಯಗಳನ್ನು ನೀವು ನಿಮ್ಮನಿತ್ಯದ ಅನುಭವ ಗಳಿಂದ ಅಂದರೆ News ಕೇಳುವುದರಿಂದ-ಟಿವಿ ನೋಡುವುದರಿಂದ, News Paper ಓದುವದರಿಂದ ಮತ್ತು School, College ಗಳಲ್ಲಿ ತಿಳಿದುಕೊಂಡ ಸಾಮಾನ್ಯ ವಿಜ್ಞಾನದಿಂದ ಬಹುತೇಕ ಪ್ರಶ್ನೆಗಳನ್ನು solve ಮಾಡಬಹುದು.

ಸಲಹೆ

ಪ್ರಶ್ನೆಪತ್ರಿಕೆ ವಿಶ್ಲೇಷಣೆ ಉಪಯೋಗ : ನಿಮ್ಮ Study Plan ತಯಾರು ಮಾಡಬಹುದು. ಸುಮಾರು 30 ರಿಂದ 50 ಪ್ರಶ್ನೆಗಳು school ಮತ್ತು college ನಲ್ಲಿ ಓದಿದ ವಿಷಯಗಳು News Paper TV ವೀಕ್ಷಣೆ -10 ರಿಂದ 15 ಪ್ರಶ್ನೆಗಳು, Political ವಿಷಯದಿಂದ 8 ರಿಂದ 10 ಪ್ರಶ್ನೆಗಳು G K ನಿತ್ಯ ಅನುಭವ- 8 ರಿಂದ 10 ಪ್ರಶ್ನೆ ಗಳು ನೀವು ಮತ್ತು ನಿಮ್ಮಸಹಪಾಟಿಗಳು ವಿಷಯಗಳನ್ನು ವಿನಿಮಯ ಮಾಡಿಕೊಂಡಾಗ,ಹಿಂದೆ ಓದಿದ ವಿಷಯಗಳನ್ನು ಜ್ಞಾಪಿಸಿಕೊಳ್ಳಲು ಸಹಾಯ ಆಗುತ್ತದೆ. ಒಂದು ಸಣ್ಣ study circle ಮಾಡಿಕೊಳ್ಳಿ.

3. M C Q' S ಗಳ ಬಗ್ಗೆ

MCQ's ಅಂದರೆ multiple choice question ಎಲ್ಲರಿಗೂ ಗೊತ್ತಿದೆ. ಸ್ವಲ್ಪ technical details ತಿಳಿಸುತ್ತೇನೆ.

ಒಂದು MCQ ನಲ್ಲಿ 2 ಭಾಗ ಇದೆ-

ಮೇಲೆ ಬರುವ ಪ್ರಶ್ನೆ/STEM ಮತ್ತು ಅದರ ಕೆಳಗಿರುವ choices/alternatives.

ಪ್ರಶ್ನೆ ಗಳಲ್ಲಿ action words ಬದಲಾಯಿಸಿದರೆ ಪ್ರಶ್ನೆಯ level easy or difficult ಆಗ ಬಹುದು.

Alternatives ಗಳಲ್ಲಿ one word, one phrase, ಅಥವಾ ಜೋಡಣೆ ಇರಬಹುದು.

Alternatives/Choices/ A, B, C, D ಗಳಲ್ಲಿ Answer ಒಂದು ಅಥವಾ ಸಂಕೇತಗಳ combination ಇರುವುದು.

ನಿಮ್ಮ Competitive-Exams ಗಳಲ್ಲಿ Questions ಗಳನ್ನು analyse ಮಾಡಿದಾಗ, ಅವುಗಳಲ್ಲಿ action-words ಪ್ರತಿ ಪ್ರಶ್ನೆಗೂ ಬದಲಾಯಿಸಿರುವುದು ಗೊತ್ತಾಗುತ್ತದೆ, ಆಗ difficulty level ಜಾಸ್ತಿ ಆಗುತ್ತೆ,

ಪ್ರಶ್ನೆಗಳಲ್ಲಿ, ಹೊಂದಿಸಿ, ಏರಿಕೆ, ಇಳಿಕೆ, ಕಾಲಾನುಕ್ರಮ, ಸಂಕೇತ, ಜೋಡಿಗಳು, ಕಾರಣತಿಳಿಸಿ, ಪ್ರತಿಪಾದಿಸು ಹೀಗೆ action words ಇದ್ದಾಗ, ಜೋಕೆ.

ಪ್ರಶ್ನೆ ಕೆಳಗಿರುವ alternatives ಉತ್ತರ ಕಠಿಣ ಆಗುವುದು. ಇವುಗಳನ್ನು analyse ಮಾಡಿದಾಗ ವಿಧದ -TYPES ಪ್ರಶ್ನೆಗಳನ್ನು ನಿಮ್ಮ General Science/General Knowledge/General Studies ವಿಷಯಗಳಲ್ಲಿ ನೋಡಬಹುದು.

4. TYPES OF MCQ's

1. Simple Questions- 4 ರಲ್ಲಿ ಒಂದು A/B/C/D ONE correct answer.

2. ಕನ್ನಡ- ಪ್ರಶ್ನೆಗಳಲ್ಲಿ English-terms ಪದಗಳ ಬಳಿಕೆ. (Both in q ಮತ್ತು a ನಲ್ಲಿ.)

3. ಪ್ರಶ್ನೆಯಲ್ಲಿ ನೆಗೆಟಿವ್ ಪದ ಬಳಿಕ -ಇಲ್ಲಾ- NOT ಪದಗಳ ಉಪಯೋಗ.

4. Comparing alternatives/ಹೊಂದಿಸಿ ಆಯ್ಕೆ ಮಾಡುವುದು

5. ಸಂಕೇತಗಳನ್ನು, (a, b, c, d) ಉಪಯೋಗಿಸಿ alternatives ಗಳನ್ನು ತಾಳೆ ಹಚ್ಚಿ ಉತ್ತರ ಆಯ್ಕೆ.

6. Confusing words use ಮಾಡಿದಾಗ ಪ್ರಶ್ನೆಗಳು, ಕಷ್ಟ ವಾಗುವುವು.

7. True or False phrase ಗಳ ಬಳಿಕೆ, ಆಯ್ಕೆ ಗಳಲ್ಲಿ ಸರಿಯಾದ ಉತ್ತರ ಇಲ್ಲದ ಪ್ರಶ್ನೆಗಳು.

8. Thinking Type ಪ್ರಶ್ನೆಗಳು, ಸ್ವಲ್ಪ ವಿಷಯ, ಆ ವಿಷಯದ ಮೇಲೆ ಪ್ರಶ್ನೆ.

   ಹೀಗೆ ಅನೇಕ ರೀತಿಯ ಪ್ರಶ್ನೆ ಗಳನ್ನು ಕೇಳುವ ಅಭ್ಯಾಸ Competitive Exam ಗಳಲ್ಲಿ ಇರುವುದು ಸಹಜ.

5. M C Q'S THINK TYPE SELECTED FROM PREVIOUS PAPERS

ವಿಷಯ-CONTENT- ತಿಳುವಳಿಕೆ ಮುಖ್ಯ

ತಿಳಿವಳಿಕೆ, ಯೋಚನಾ ಸಾಮರ್ಥ್ಯ, decision ಮಾಡುವುದು, ಕಾರಣ ಹೇಳುವುದು, ಹೇಳಿಕೆಗಳ ಸರಿ/ತಪ್ಪು ಜಡ್ಜ್‌ಮೆಂಟ್, ವಿಷಯ ತಪ್ಪು ಮತ್ತು ಸರಿ ಆಯ್ಕೆಯ ಹೊಂದಾಣಿಕೆ, ಹೊಂದಾಣಿಕೆ ಇಲ್ಲದಿರುವುದು, ಸಂಕೇತ-symbol ಗಳ ಜೋಡಣೆ, ಮೊದಲಾದ ಪ್ರಶ್ನೆ ಗಳಿರುತ್ತವೆ.

ಕೆಲವು ಪ್ರಶ್ನೆಗಳನ್ನು ಬೇರೆ ಬೇರೆ Competitive ಪರೀಕ್ಷೆ ಗಳಿಂದ ಆಯ್ಕೆ ಮಾಡಿ ನಿಮಗೆ ತಿಳಿಸುತ್ತಿದ್ದೇನೆ.

ಈ ರೀತಿಯ ಪ್ರಶ್ನೆ ಗಳು ಬರಬಹುದು.

2 ಪಟ್ಟಿ-columns- ಇರುತ್ತದೆ,

ಪಟ್ಟಿ I ಅಂಡ್ ಪಟ್ಟಿ II.

ಪಟ್ಟಿ I ರ ಕೆಳಗೆ ಇರುವ,A, B, C, D ನಾಲ್ಕು ವಿಷಯಕ್ಕೆ ಸಂಭಂದಿಸಿದ ಅಂಶಗಳು -facts.

ಪಟ್ಟಿ II ರಲ್ಲಿ 1,2,3,4,5 ಎಂದು alternatives ಕೊಡುವುದು ಪದ್ಧತಿ.

ಸಂಕೇತ ಅಂತ (a), (b), (c), (d) ಕೊಟ್ಟಿರುತ್ತಾರೆ. ಅವುಗಳ ಮುಂದೆ, A, B, C, D ಕೆಳಗೆ ಸಂಖ್ಯೆ 1 or 2 or 3 or 4 or 5 ಬರೆದಿರುತ್ತಾರೆ..

ಸರಿಯಾದ ಉತ್ತರ ಆಯ್ಕೆ ಮಾಡಿ:

I. **ಮಾನವನ ರಕ್ತದಲ್ಲಿ ಇರುವ ಲೋಹಾಂಶ ಯಾವುದು?**

(a) ಕಬ್ಬಿಣ (b) ರೇಡಿಯಮ್ (c) ಬಂಗಾರ (d) ರಂಜಕ

II. **ಮಾನವನ ರಕ್ತದಲ್ಲಿ ಯಾವ ಲೋಹಾಂಶ ಜೋಡಿ ಇರುವುದಿಲ್ಲ? ಸರಿಯಾದ ಉತ್ತರ ಆಯ್ಕೆ ಮಾಡಿ**

(a) ಕಬ್ಬಿಣ+ರೇಡಿಯಮ್ (b) ರೇಡಿಯಮ್+ ಬಂಗಾರ (c) ಬಂಗಾರ+ರಂಜಕ (d) ಕಬ್ಬಿಣ+ಸೋಡಿಯಂ

ಮೇಲೆ ಇರುವ 2 MCQ ನೋಡಿ-ವ್ಯತ್ಯಾಸ ಏನು?

A. ಸರಳ ಪ್ರಶ್ನೆ- ಜ್ಞಾಪಕ   B. ಕಷ್ಟ- ಪ್ರಶ್ನೆ - - ಯೋಚನೆ, ಹೋಲಿಕೆ, decision ಮಾಡುವುದು

****

III. ಹೊಂದಿಸುವುದು, ಸಂಕೇತ – ಸರಿ ಉತ್ತರ ಆಯ್ಕೆ

ಪಟ್ಟಿ I ಮತ್ತು ಪಟ್ಟಿ II ಹೊಂದಿಸಿ

ಪಟ್ಟಿ I	ಪಟ್ಟಿ II
A. ಮಾರ್ಫೀನ್	1. ಆಂಟಿಸೆಪ್ಟಿಕ್
B. ಸೋಡಿಯಮ್	2. ಲೋಹ
C. ಬೋರಿಕ್ ಆಮ್ಲ	3. ಮಿಶ್ರ ಲೋಹ
D. ಹಿತ್ತಾಳೆ	4. ನೋವು ನಿವಾರಕ

ಸಂಕೇತಗಳು	A	B	C	D
(a)	3	2	4	1
(b)	2	1	3	4
(c)	4	2	1	3
(d)	1	2	3	4

ವಿವರಣೆ : ಈ ಪ್ರಶ್ನೆಗೆ ಸರಿಯಾದ ಉತ್ತರ A ಗೆ 4, B ಗೆ 2, C ಗೆ 1, D ಗೆ 3.

ಆದರೆ ಸಂಕೇತ a, b, c, d ಗಳಲ್ಲಿ ಜೋಡಣೆ ಮಾಡಿ, ಹೊಂದಿಸದ ಗುಂಪು ಗಳಲ್ಲಿ ಇರುವ ಸರಿ ಉತ್ತರ ನೋಡಿದಾಗ Confuse ಆಗುವುದು.

ಸಂಕೇತಗಳನ್ನು ಹೋಲಿಸಿದಾಗ (c) ಮಾತ್ರ ಸರಿಯಾದ ಜೋಡಣೆ ಎಂದು decide ಮಾಡಬೇಕಾಗುವುದು.

****

IV. ಪಟ್ಟಿ I ಮತ್ತು ಪಟ್ಟಿ II ಹೊಂದಿಸಿ

ಪಟ್ಟಿ I ಪಟ್ಟಿ

A. ಫಳಿಯುಳಿಕೆ ಇಂದನ

B. ನೀರು

C. ಭೂಗರ್ಭ ಶಕ್ತಿ

D. ಗಾಳಿ

II ಸಂಕೇತಗಳು

1. ಜಲ ವಿದ್ಯುತ್

2. ನೈಸರ್ಗಿಕ ಅನಿಲ

3. ಪವನ ಶಕ್ತಿ

4. ಅಗ್ನಿ ಪರ್ವತ

ಸಂಕೇತಗಳು

	A	B	C	D
(a)	3	2	4	1
(b)	2	1	4	3
(c)	4	2	1	3
(d)	1	2	3	4

ನಿಮ್ಮ ಆಯ್ಕೆ ಯಾವುದು ?

6. CONTENT- ವಿಷಯ & MCQ

❦

STEM CELLS - ಕಾಂಡ ಕೋಶಗಳು, ಎಲ್ಲಾ Multicellular ಜೀವಿಗಳಲ್ಲಿ ಇರುತ್ತದೆ, ಈ ಕೋಶಗಳನ್ನುTotipotent (ಸಂಪೂರ್ಣ ಸಾಮರ್ಥ್ಯ) (ಆಕರ ಕೋಶಗಳು) ಕೋಶಗಳು ಎನ್ನುವರು.ಈ ಕೋಶಗಳು ಎಲ್ಲಾ ಆನುವಂಶಕತೆಯ ಸಂಪೂರ್ಣ ಸಾಮರ್ಥ್ಯ ಹೊಂದಿರುವುವು. ಪೂರ್ಣ ಬೆಳವಣಿಗೆಗೆ ಬಿಡದೆ, ಕೋಶಗಳನ್ನು ಬೇರ್ಪಡಿಸಿದರೆ ಈ ರೀತಿಯ ಕೋಶಗಳು, ಆನೇಕ ರೀತಿಯಲ್ಲಿ ಉಪಯೋಗಕ್ಕೆ ಬರುವುವು. ಈ ರೀತಿಯ ಕೋಶಗಳು ವಿಭಜನೆ ಆಗಿ ಹೊಸ ಕೋಶಗಳನ್ನು ಉತ್ಪತ್ತಿ ಮಾಡುವುವು.

ಪ್ರಶ್ನೆ-

ಕಾಂಡ ಕೋಶಗಳಿಗೆ- Stem Cells- ಸಂಭಂದಿಸಿದ ಹಾಗೆ,

ಕೆಳಗಿನ ಯಾವ ವಿವರಣೆಗಳು, ಸರಿ.

1. ಕಾಂಡ ಕೋಶಗಳನ್ನು ಕೇವಲ ಮಾನವರಿಂದ ಪಡೆಯ ಬಹುದು

2. ಕಾಂಡ ಕೋಶಗಳನ್ನು ಪ್ರಾಣಿ/ಹಾಗೂ ಸಸ್ಯಗಳಿಂದಲೂ ಪಡೆಯಬಹುದು.

3. ಕಾಂಡಕೋಶಗಳನ್ನು Research ಮಾಡಲು ಉಪಯೋಗಿಸಬಹುದು

4. ಕಾಂಡ ಕೋಶಗಳು ಬೇರೆ ರೀತಿಯ ಕೋಶವಾಗಲು ಸಾಧ್ಯ

ಯಾವ ಸಂಕೇತ ಜೋಡಣೆ ಸರಿ ಉತ್ತರ:

ಆಯ್ಕೆ ಮಾಡಿ: (a) 1 ಮತ್ತು 4 (b) 2 ಮತ್ತು 4 (c) 3,1,ಮತ್ತು 2 (d) 1,2,3, ಮತ್ತು 4.

ನಿಮ್ಮ ಸ್ಪರ್ಧಾತ್ಮಕ ಪರೀಕ್ಷೆ ಯಲ್ಲಿ

ಒಂದು ಅಂಕ ಜಾಸ್ತಿ ಪಡೆದರೆ ಅದು ನಿಮ್ಮ ಅದೃಷ್ಟವನ್ನೇ ಬದಲಾಯಿಸ ಬಹುದು. ಈ ಕಾರಣದಿಂದಾಗಿ ಪ್ರತಿ ಸರಿಯಾದ ಉತ್ತರ ಬರೆಯಲು ಅನೇಕಸಾರಿ, ಓದಬೇಕು, ಕೇಳಬೇಕು, ಪುನರಾವರ್ತನೆ ಮಾಡಿ, ಮನನ ಮಾಡಿಕೊಳ್ಳಿ.

****** ಪ್ರಶ್ನೆ

ಪಟ್ಟಿ I ಉಪಕರಣ ಹೆಸರು,   ಪಟ್ಟಿ II ಅವುಗಳ ಉಪಯೋಗಗಳು

ಹೊಂದಿಸಿ. ಕೆಳಗೆ ಕೊಟ್ಟಿರುವ ಸಂಕೇತಗಳಿಂದ ಸರಿ combination, ಆಯ್ಕೆ ಮಾಡಿ.

ಪಟ್ಟಿ I ಉಪಕರಣ	ಪಟ್ಟಿ II ಉಪಯೋಗ
A. ಆನೆಮೋ ಮೀಟರ್	1. ನೀರಿನ ಕೆಳಗಿನ ಆಳವನ್ನು ಅಳೆಯುವುದು
B. ಆನೆರಾಯಿಡ್ ಬ್ಯಾರೋ ಮೀಟರ್	2. ಸೂಕ್ಷ್ಮದಪ್ಪವನ್ನು ಅಳೆಯುವುದು
C. ಮೈಕ್ರೋ ಮೀಟರ್	3. ಗಾಳಿಯ ವೇಗವನ್ನು ಅಳೆಯುವುದು
D. ಫ್ಯಾತೊ–Fatho ಮೀಟರ್	4. ಗಾಳಿಯ ದಿಕ್ಕನ್ನು ಅಳೆಯುವುದು
	5. ವಾತಾವರಣದ ಒತ್ತಡ ಅಳೆಯುವುದು

ಮೇಲಿನ ಪ್ರಶ್ನೆಯಲ್ಲಿ A, B, C, D ವಿಷಯಗಳಿಗೆ ಸಂಭದಿಸಿದಹಾಗೆ, 1, 2, 3, 4, 5 ಅಂಶಗಳಿವೆ. ಅವುಗಳಲ್ಲಿ ಒಂದು ಸಂಭಂದಿಸಿರುವುದಿಲ್ಲ.

		A	B	C	D
ಸಂಕೇತ	(a)	1,	2,	3,	4
ಸಂಕೇತ	(b)	3,	5,	2,	1.
ಸಂಕೇತ	(c)	4,	1,	2,	5
ಸಂಕೇತ	(d)	4,	3,	5,	1

ಸರಿಯಾಗಿ ಜೋಡಣೆ ಆಗಿರುವುದು ಸಂಕೇತ (b) ಯಲ್ಲಿ, ಮುಂದೆ A-3, B-5, C-2, D-1..

****

ಪ್ರಶ್ನೆ

ಪಟ್ಟಿ I ಸಸ್ಯಕೋಶ ಅಂಗಕ ಹೆಸರು, ಪಟ್ಟಿ II ಅವುಗಳ ಕಾರ್ಯಗಳು.ಹೊಂದಿಸಿ. ಕೆಳಗೆ ಕೊಟ್ಟಿರುವ ಸಂಕೇತಗಳಿಂದ ಸರಿ combination, ಆಯ್ಕೆ ಮಾಡಿ.

ಪಟ್ಟಿ I ಸಸ್ಯಕೋಶ ಅಂಗಕ	ಪಟ್ಟಿ II ಕಾರ್ಯಗಳು
A. ಕ್ಲೋರೋಪ್ಲಾಸ್ಟ್	1. ದ್ಯುತಿಸಂಶ್ಲೇಷಣ
B. ಮೈಟೊಕಾಂಡ್ರಿಯ	2. ಉಸಿರಾಟ
C. ನ್ಯೂಕ್ಲಿಯಸ್	3. ಸ್ರಾವ – Secretion
D. ರೈಬೊಸೋಮ್	4. ಪ್ರೊಟೀನ್ ತಯಾರಿಕೆ

ಮೇಲಿನ ಪ್ರಶ್ನೆಯಲ್ಲಿ A,B,C,D ವಿಷಯಗಳಿಗೆ ಸಂಭದಿಸಿದಹಾಗೆ, 1,2,3,4 ಕಾರ್ಯಗಳಿವೆ ಅವುಗಳಲ್ಲಿ ಒಂದು ಸಂಭಂದಿಸಿರುವುದಿಲ್ಲ.ಸರಿಯಾದ ಜೋಡಿ ಯಾವುದು?

ಸಂಕೇತ (a) ಮುಂದೆ 2 ನೆಯ ಕಾರ್ಯ ಮಾತ್ರ

ಸಂಕೇತ (b) ಮುಂದೆ 1 ಮತ್ತು 3 ಮಾತ್ರ

ಸಂಕೇತ (c) ಮುಂದೆ,1, 2,ಮತ್ತು 4 ಮಾತ್ರ

ಸಂಕೇತ (d) ಮುಂದೆ 1, 2, 3, ಮತ್ತು 4 ಮಾತ್ರ ಕೊಟ್ಟಿರುವರು. -

ಸರಿಯಾಗಿ ಜೋಡಣೆ ಆಗಿರುವುದು ಸಂಕೇತ (c) ಯಲ್ಲಿ, ಮುಂದೆ. 1, 2, ಮತ್ತು 4 ಮಾತ್ರ

****

ಪ್ರಶ್ನೆ

ಆಧುನಿಕ ಜೈವಿಕ ತಂತ್ರಜ್ಞಾನದಲ್ಲಿ ತಳಿ ಶಾಸ್ತ್ರಿಯವಾಗಿ ಮಾರ್ಪಾಟು ಮಾಡಿದ ಜೀವಿಗಳನ್ನು ಅಭಿವೃದ್ಧಿ ಪಡಿಸಲು ಈ ಕೆಳಗಿನ ಯಾವ ವಿಧಾನ ಅನುಸರಿಸುವರು?

(1) ಇತರ ಜೀವಿಗಳಿಂದ ತೆಗೆದ ವಂಶವಾಹಿನಿ(genes) ಆಳವಡಿಸುವುದು

(2) ವಂಶವಾಹಿನಿಗಳ ಕೆಲವು ಭಾಗಗಳನ್ನು ತೆಗೆದುಹಾಕುವುದು

(3) ವಂಶವಾಹಿನಿ ಉತ್ಪರಿವರ್ತನೆ(addition) ನಡೆಸುವುದು

(4) ಕೆಲವು ವಂಶವಾಹಿನಿಗಳನ್ನು ಮೂಕ ಮಾಡುವುದು.

ಮೇಲಿನ ಪ್ರಶ್ನೆಯಲ್ಲಿ (1),(2,) (3),(4) ವಿಷಯಗಳಿಗೆ ಸಂಭದಿಸಿದ ಹಾಗೆ ವಿಧಾನ ಇವೆ

ಅವುಗಳಲ್ಲಿ ಹೋಲಿಸಿ,ಜೋಡಿಸಿದಾಗ.ಸರಿಯಾದ ಜೋಡಿ ಯಾವುದು?

ಈ ಕೆಳಗೆ ಇರುವ ಸಂಕೇತ ಬಳಸಿ ಸರಿ ಉತ್ತರ tick ತಿಳಿಸಿ

(a) ಸಂಕೇತ ಮುಂದೆ 2,3 ಮತ್ತು 4 ಸಂಕೇತ

(b) ಸಂಕೇತ ಮುಂದೆ 1, 3 ಮತ್ತು 4 ಸಂಕೇತ

(c) ಸಂಕೇತ ಮುಂದೆ,1, 3, ಮತ್ತು 4 ಸಂಕೇತ

(d) ಸಂಕೇತ ಮುಂದೆ 1, 2, ಮತ್ತು 3,4 ಕೊಟ್ಟಿರುವರು. –

ಸರಿಯಾಗಿ ಜೋಡಣೆ ಆಗಿರುವುದು ಯಾವುದು

****** ಪ್ರಶ್ನೆ

ಹೋಲಿಸಿ ಸರಿಯಾದ ಉತ್ತರ ಆಯ್ಕೆ ಮಾಡುವುದು ಈ ರೀತಿಯ ಪ್ರಶ್ನೆ ಗಳು ಬರಬಹುದು.

ಪಟ್ಟಿ I	ಪಟ್ಟಿ II
A. ಜೆನೆಟಿಕ್ಸ್ -genetics- ಸಂಸ್ಥಾಪಕ	1. Pavalo-ಪ್ಯಾವಲೋವ್
B. ರಿಫ್ಲೆಕ್ಸ್ ಕ್ರಿಯೆ -reflex action	2. ಆಲ್ಫ್ರೆಡ್ ನೋಬೆಲ್
C. ಡೈನಾಮೈಟ್	3. ಜಿ ಮೆಂಡೆಲ್
D. ರೇಡಿಯಮ್	4. ಮೇಡಂ ಕ್ಯೂರಿ
	5. ಲಿಪ್ಟೆನ್

ಮೇಲಿನ ಪ್ರಶ್ನೆಯಲ್ಲಿ A,B,C,D ವಿಷಯಗಳಿಗೆ ಸಂಭದಿಸಿದಹಾಗೆ, 1, 2, 3, 4, 5 ಅಂಶಗಳಿವೆ. ಅವುಗಳಲ್ಲಿ ಒಂದು ಸಂಭಂದಿಸಿರುವುದಿಲ್ಲ.

		A	B	C	D
ಸಂಕೇತ	(a)	1	2	3	4
ಸಂಕೇತ	(b)	1	3	2	5
ಸಂಕೇತ	(c)	4	1	2	5
ಸಂಕೇತ	(d)	4	3	5	1

ಸರಿಯಾಗಿ ಜೋಡಣೆ ಆಗಿರುವುದು ಸಂಕೇತ (c) ಯಲ್ಲಿ, ಮುಂದೆ A-4, B-1, C-2, D-5. Correct choice.

****

ಪ್ರಶ್ನೆ

ಪಟ್ಟಿ I ವಿಟಮಿನ್

A.   B 1 – ವಿಟಮಿನ್

B.   B 2 – ವಿಟಮಿನ್

C.   B 3 – ವಿಟಮಿನ್

D.   C – ವಿಟಮಿನ್

ಪಟ್ಟಿ II ರಾಸಾಯನಿಕ

1.   ರೈಬೊ ಫ್ಲೇಮೀನ್

2.   ಅಸ್ಕೋರ್ಬಿಕ್ ಆಮ್ಲ

3.   ಕಾರ್ಬಾಲಿಕ್ ಆಮ್ಲ.

4.   ತೈಮೀನ್

5.   ನಿಯಾಸಿನ್-ನಿಕೋಟಿಕ್ ಆಮ್ಲ

ಮೇಲಿನ ಪ್ರಶ್ನೆಯಲ್ಲಿ A,B,C,D ವಿಷಯಗಳಿಗೆ ಸಂಭದಿಸಿದಹಾಗೆ, 1, 2, 3, 4, 5 ಅಂಶಗಳಿವೆ. ಅವುಗಳಲ್ಲಿ ಒಂದು ಸಂಭಂದಿಸಿರುವುದಿಲ್ಲ.

	A	B	C	D
ಸಂಕೇತ (a) ಮುಂದೆ	1	2	3	4
ಸಂಕೇತ (b) ಮುಂದೆ	1	3	2	5
ಸಂಕೇತ (c) ಮುಂದೆ	4	1	2	5
ಸಂಕೇತ (d) ಮುಂದೆ	4	1	5	2

ಸರಿಯಾಗಿ ಜೋಡಣೆ ಆಗಿರುವುದು

ಸಂಕೇತ (d) ಯಲ್ಲಿ, ಮುಂದೆ A-4, B-1, C-5, D-2. Correct choice.

####### ******* ಪ್ರಶ್ನೆ

ಪಟ್ಟಿ I ವಿಜ್ಞಾನಿಗಳ ಹೆಸರು, ಪಟ್ಟಿ II ಅವರ ಅನ್ವೇಷಣೆಗಳು.ಹೊಂದಿಸಿ. ಕೆಳಗೆ ಕೊಟ್ಟಿರುವ ಸಂಕೇತಗಳಿಂದ ಸರಿ combination, ಆಯ್ಕೆ ಮಾಡಿ.

ಪಟ್ಟಿ I ವಿಜ್ಞಾನಿಗಳ ಹೆಸರು

A. ಮೈಮನ್ T.H.

B. ರೆನೆ T.H.ಲೇನ್ನೆಕ್

C. ಡೇನಿಸ್ ಗೇಬರ್

D. ಕ್ರಿಸ್ಟೋಫರ್ ಕಾಕೇರಲ್

ಪಟ್ಟಿ II ಅವರ ಅನ್ವೇಷಣೆಗಳು

1. ಸ್ಟೆತೋಸ್ಕೋಪ್

2. ಹಾಲೊಗ್ರಾಂ

3. ಲೇಸರ್

4. ಹೂವಕ್ರಾಫ್ಟ್

5. ಮೈಕ್ರೋಸ್ಕೋಪ್

ಮೇಲಿನ ಪ್ರಶ್ನೆಗೆ ಸಂಕೇತಗಳು ಮತ್ತು ಉತ್ತರ

A - 2, 3, 1, 5

B - 1, 3, 5, 2

C - 2, 1, 3, 1

D - 1, 5, 4, 2

ಸರಿಯಾದ ಉತ್ತರ combination (b)

****** ಪ್ರಶ್ನೆ

ಪಟ್ಟಿ I ಏಕಮಾನಗಳನ್ನು ಕೊಟ್ಟಿದೆ, ಪಟ್ಟಿ II ಆ ಏಕಮಾನಗಳಲ್ಲಿ ವ್ಯಕ್ತಪಡಿಸುವ ತತ್ವಗಳೊಂದಿಗೆ.ಹೊಂದಿಸಿ. ಕೆಳಗೆ ಕೊಟ್ಟಿರುವ ಸಂಕೇತಗಳಿಂದ ಸರಿ combination, ಆಯ್ಕೆ ಮಾಡಿ.

ಪಟ್ಟಿ I ಏಕಮಾನಗಳು	ಪಟ್ಟಿ II ತತ್ವಗಳು
A. ಬಾರ್	1. ಕರೆಂಟ್
B. ಹರ್ಟ್ಸ್	2. ಒತ್ತಡ
C. ವ್ಯಾಟ್	3. ದೂರ
D. ಪಾರ್ಸೆಕ್	4. ಶಕ್ತಿ (Power)
	5. ಆವರ್ತನ

ಮೇಲಿನ ಪ್ರಶ್ನೆಗೆ ಸಂಕೇತಗಳು ಮತ್ತು ಉತ್ತರ

A – 2, 3, 1, 5

B – 5, 1, 2, 3

C – 4, 2, 3, 5

D – 3, 4, 2, 1

ಸರಿಯಾದ ಉತ್ತರ combination (a)

****

ಪ್ರಶ್ನೆ

ಪಟ್ಟಿ I ರೋಗಗಳು ಕೊಟ್ಟಿದೆ, ಪಟ್ಟಿ II ದೇಹದ ಭಾಗಗಳೊಂದಿಗೆ.ಹೊಂದಿಸಿ.

ಕೆಳಗೆ ಕೊಟ್ಟಿರುವ ಸಂಕೇತಗಳಿಂದ ಸರಿ combination, ಆಯ್ಕೆ ಮಾಡಿ.

ಪಟ್ಟಿ I ರೋಗಗಳು	ಪಟ್ಟಿ II ದೇಹದ ಭಾಗ
A. ಮಲೇರಿಯಾ	1. ಮೂಳೆಯ ಮಜ್ಜೆ
B. ಫೈಲೇರಿಯ	2. ಮೆದುಳಿನ ಉರಿತ
C. ಎನ್ಸೆಫಿಲೈಟೀಸ್	3. ಮಾಂಸ ಖಂಡ
D. ಲ್ಯೂಕೆಮಿಯ	4. ದುಗ್ಧರಸ ಪರ್ವ lymph node
	5. ರಕ್ತ ಕೋಶಗಳು

ಮೇಲಿನ ಪ್ರಶ್ನೆಗೆ ಸಂಕೇತಗಳು ಮತ್ತು ಉತ್ತರ

A – 2, 5, 1, 4

B – 5, 4, 3, 2

C – 4, 2, 3, 1

D – 3, 2, 1, 4

ಸರಿಯಾದ ಉತ್ತರ combination (b)

ಪ್ರಶ್ನೆ

ಬೆಳಕು ಹೆಚ್ಚು ವೇಗವಾಗಿ ಚಲಿಸುವುದರ ಬಗ್ಗೆ, ಯಾವುದು ಸರಿ?

A. ಗಾಳಿಯಲ್ಲಿ. B. ನೀರಿನಲ್ಲಿ. C. ಗಾಜಿನಲ್ಲಿ. D.ವ್ಯಾಕ್ಯೂಮ್ ನಲ್ಲಿ.

ಗಾಳಿ-ಅನಿಲ, ಗಾಜು-ಘನ, ನೀರು-ದ್ರವ ಮಾಧ್ಯಮಗಳು ಇವುಗಳು particulate ವಸ್ತುಗಳು, ವ್ಯಾಕ್ಯೂಮ್ particulate ವಸ್ತು ಅಲ್ಲ.

ಸರಿಯಾದ ಉತ್ತರ D, – (A, B, C ಗಿಂತ ವೇಗ)

ನಿಮ್ಮ ಸ್ಪರ್ಧಾತ್ಮಕ ಪರೀಕ್ಷೆ ಯಲ್ಲಿ ಒಂದು ಅಂಕ ಜಾಸ್ತಿ ಪಡೆದರೆ ಅದು ನಿಮ್ಮ ಅದೃಷ್ಟವನ್ನೇ ಬದಲಾಯಿಸ ಬಹುದು. ಈ ಕಾರಣದಿಂದಾಗಿ ಪ್ರತಿ ಸರಿಯಾದ ಉತ್ತರ ಬರೆಯಲು ಅನೇಕಸಾರಿ, ಓದಬೇಕು, ಕೇಳಬೇಕು, ಪುನರಾವರ್ತನೆ ಮಾಡಿ, ಮನನ ಮಾಡಿಕೊಳ್ಳಿ..

7. ONE Q & ONE A

ಸಾಮಾನ್ಯ ತಿಳುವಳಿಕೆ ENERAL AWARENESS

1. ಹಾಲಿನಲ್ಲಿ ಇರುವ ಅಂಶ-components - ಯಾವುವು?

    -ನೀರು,ಪ್ರೋಟೀನ್ಗಳು,ಶರ್ಕರಗಳು.

2. ಪೆಪ್ಸಿನ್ ಕಿಣ್ವ ಹಾಲಿನ ಯಾವ ಸಮ್ಮುಕ್ತದ ಮೇಲೆ ಕ್ರಿಯೆ ಮಾಡುವುದು?

    - ಪ್ರೋಟಿಗಳನ್ನು ಸಣ್ಣ ಕಣಗಳಾಗಿ ಪರಿವರ್ತಿಸುವುದು.

3. ಬೈಲ್ ಕಿಣ್ವ ಹಾಲಿನ ಯಾವ ಸಮ್ಮುಕ್ತದ ಮೇಲೆ ಕ್ರಿಯೆ ಮಾಡುವುದು?

    - ಪ್ರೋಟಿಗಳನ್ನು ಪೆಪ್ಟೈಡ್, ಆಮ್ಮೈನೋ ಆಮ್ಲ ಗಳಗಳಾಗಿ ಪ್ರವರ್ತಿಸುವುದು.

4. ಲ್ಯಾಕ್ಟೆಸ್ ಕಿಣ್ವದ ಕೆಲಸವೇನು?

    - ಲ್ಯಾಕ್ಟೋಸ್‌ಅನ್ನು ಗ್ಲೂಕೋಸ್ ಮತ್ತು ಗ್ಯಾಲಕ್ಟೋಸ್ ಆಗಿ ಪರಿವರ್ತಿಸುವುದು.

5. ಕರುಳಿನ ಯಾವ ಭಾಗದಲ್ಲಿ ಗ್ಲೂಕೋಸ್ ಮತ್ತು ಗ್ಯಾಲಕ್ಟೋಸ್ ಹೀರಲ್ಪಡುವುದು?

    - ಸಣ್ಣ ಕರುಳಿನ ವಿಲ್ಲೈ ಗಳಲ್ಲಿ ಹೀರಲ್ಪಡುವುದು.

6. ನೀರಿನಲ್ಲಿ ಕರಗುವ ವಿಟಮಿನ್ ಗಳು ಯಾವುವು?

    - B ವಿಟಮಿನ್ ಮತ್ತು C ವಿಟಮಿನ್.

7. A, D, E ಮತ್ತು K ವಿಟಮಿನ್ ನೀರಿನಲ್ಲಿ ಕರಗುವುದಿಲ್ಲ, ಹಾಗಾದರೆ ಯಾವ ವಸ್ತುವಿನಲ್ಲಿ ಕರಗುವುದು?

    - ಕೊಬ್ಬು-FATS- ಗಳಲ್ಲಿ ಕರಗುವುವ.

8. ಫೋಟಾಲಿಸಿಸ್ ನಿಂದ ಯಾವ ಕ್ರಿಯೆ ಎಲೆಗಳಲ್ಲಿ ಆಗುವುದು? ಬರುವ, ವಸ್ತುಗಳು ಯಾವುವು?

    - ನೀರಿನ ಕಣಗಳು ವಿಭನೆಟ್ಟನೆ ಆಗಿ, H + ಮತ್ತು OH -, ಐಯಾನ್ ಕಣ ಗಳು ಬಿಡುಗಡೆ ಆಗುವುದು.

9. 4 G ಅಂದರೇನು? ಇದರ ಉಪಯೋಗ ಏನು?

    - 4 G ಮೊಬೈಲ್ ಹಾಗೂ inter-net ಗಳಲ್ಲಿ ಬಳೆಸುವ ಅಲೆಗಳು. ಹೆಚ್ಚುದತ್ತಾಂಶಗಳನ್ನು ವೇಗವಾಗಿ ಡೌನ್ಲೋಡ್ ಮಾಡಬಹುದು.

10. ಅಣುಗಳನ್ನು ಕಂಡು ಹಿಡಿದ ವಿಜ್ಞಾನಿ ಯಾರು?

    - ಜಾನ್ ಡಾಲ್ಟನ್.

11. ಗ್ರಹಮ್ ಬೆಲ್ ಏನನ್ನು ಕಂಡು ಹಿಡಿದರು?

    - ಮೊದಲ ಟೆಲಿಫೋನ್.

12. ಘನ ಕಾರ್ಬನ್ ಡೈ ಆಕ್ಸೈಡ್ ಅನ್ನ ಏನೆಂದು ಕರೆಯುವರು?

    - ಡ್ರೈ ಐಸ್- DRY-ICE.

13. ಪೋಕ್ರಾನ್ ಎಂಬ ಸ್ಥಳದ ಪ್ರಾಮುಖ್ಯತೆ ಏನು?

    - ಭಾರತದ ಮೊದಲನೆಯ ಆಟಂ ಬಾಂಬ್ ಪರೀಕ್ಷಾ ಸ್ಫೋಟದ ಸ್ಥಳ.

14. ಒಡಿಶಾ-ORISSA-ಚಾಂಡಿಪುರ ಕರಾವಳಿಯಿಂದ ಅಂತರಿಕ್ಷಕ್ಕೆ ಉಡಾಯಿಸಿದ ಕ್ಷಿಪಣಿ ಯಾವುದು?

    - ಸುಧಾರಿತ ಬ್ರಾಮೋಸ್ ಕ್ಷಿಪಣಿ.

15. ರಾಕೆಟ್ ಗಳಲ್ಲಿ ಬಳಸುವ ಯಂತ್ರಗಳಲ್ಲಿ ಯಾವ ರೀತಿಯ ಫ್ಯುಎಲ್ಸ್ ಬಳಸುವರು?

    - ಕ್ರಯೋಜೆನಿಕ್ -CRYOGENIC-fuels.

16. ಕಾರ್ಬೋ ಹೈಡ್ರೆಟ್ಟ್ ನಲ್ಲಿ ಜಲಜನಕ ಮತ್ತು ಆಮ್ಲಜನಕ,ಇಂಗಾಲ ಆಣುಗಳ ಅನುಪಾತ?

    - 2 ಜಲಜನಕ ಮತ್ತು 1 ಆಮ್ಲಜನಕ,ಇಂಗಾಲ ಆಣುಗಳ ಅನುಪಾತ, 2:1.

17. ಭಾರತದ ಮೂಲದವರಾದ ವಿಜ್ಞಾನಿ ಹರ್ ಗೋಬಿಂದ್ ಖುರಾನಾ ಅವರಿಗೆ ನೋಬೆಲ್ ಪ್ರಶಸ್ತಿ ಯಾವ ಸಂಶೋಧನೆಗೆ ಬಂತು?

    - ಜೆನಿಟಿಕ್ ಕೋಡ್ (ಅನುವಂಶಿಕತೆ-ಕೋಡ್) ಇದರ ಪ್ರೋಟೀನ್ ಉತ್ಪಾದನ ಮೆಡಿಸಿನ್

18. ವಿದ್ಯುತ್ ಶಾರ್ಟ್ಸರ್ಕ್ಯೂಟ್ ಆಗುವಾಗ ವಿದ್ಯುತ್ ಪ್ರಹಾವ, ಏನಾಗುವುದು?

    - ವಿದ್ಯುತ್ ಪ್ರಹಾವ ಪ್ರಮಾಣ ಜಾಸ್ತಿಯಾಗಿ ಮಂಡಲ ಒಡೆಯುವುದು.

19. ಬಟ್ಟೆಗಳ dry ಕ್ಲೀನಿಂಗ್ ಮಾಡುವಾಗ ಉಪಯೋಗಿಸುವ ರಾಸಾಯನಿಕ ಯಾವುದು?

    - Benzene -ಬೆನ್ಜೀನ್ ರಾಸಾಯನಿಕ.

20. Green Diesel- ಹಸಿರು-ಡೀಸಲ್ ಏನು?

    - ಯೂರೊ-Euro-4, ಕಡಿಮೆ ಮಾಲಿನ್ಯ ಕಾರಕ, ಕಡಿಮೆ ಹೊಗೆ.

21. Giger Muller Counter-ಗ್ರೀಗರ್ ಮುಲ್ಲರ್ ಕೌಂಟರ್ ನಿಂದ ಏನು ಮಾಡಬಹುದು?

    - ವಿಕರಣ ಶೀಲತೆ-Radio Activity ಅಳೆಯ ಬಹುದು.

22. ಸತು ಮತ್ತು ಹೈಡ್ರೋಕ್ಲೋರಿಕ್‌ಆಮ್ಲ ಸೇರಿದಾಗ ಯಾವ ಅನಿಲ ಬಿಡುಗಡೆ ಆಗುವುದು?

   - ಜಲಜನಕ ಅನಿಲ.

23. ಪರಮಾಣು ಗಳಲ್ಲಿ ಇರುವ ಮುಖ್ಯವಾದ 3 ಕಣಗಳು particles ಯಾವುವು?

   - ಪ್ರೋಟಾನ್, ನ್ಯೂಟ್ರಾನ್, ಎಲೆಕ್ಟ್ರಾನ್. ಕಣಗಳು.

24. ಪರಮಾಣು ರಾಶಿ ಸಂಖ್ಯೆ A - ಅಂದರೇನು?

   - ಪರಮಾಣು ಕೇಂದ್ರದಲ್ಲಿರುವ ಪ್ರೋಟ್ರಾನ್ ಮತ್ತು ನ್ಯೂಟ್ರಾನ್ ಗಳ ಮೊತ್ತ.

25. ವಿದ್ಯುತ್ ಮಂಡಲಕ್ಕೆ Inverter ಅನ್ನು ಏಕೆ ಸೇರಿಸಿರುವರು?

   - ಬ್ಯಾಟರೀ ಯಲ್ಲಿನ ನೇರ -Direct-ವಿದ್ಯುತ್ ಅನ್ನು, ಪರ್ಯಾಯ ವಿದ್ಯುತ್ ಮಾಡಲು

26. ದಯಾಬಿಟಿಸ್ ತೊಂದರೆಗೆ ಕಾರಣ ಏನು?

   - ನಮ್ಮರಕ್ತದಲ್ಲಿ ಸಕ್ಕರೆ ಜಾಸ್ತಿ ಆಗಿ, ಅನೇಕ ತೊಂದರೆ ಆಗುವುದು, ಇನ್ಸುಲಿನ್ ಕಡಿಮೆ.

27. ಬಿಳಿ ವಿಟ್ರಿಯಾಲ್-white vitriol ಯಾವ ವಸ್ತು?

   - Zinc sulphate-ಸತು ಸಲ್ಫೇಟ್. (ZnSO4).

28. ನೀಲಿ ವಿಟ್ರಿಯಾಲ್-blue vitriol ಯಾವ ವಸ್ತು?

   - Copper sulphate crystals-ತಾಮ್ರ ಸಲ್ಫೇಟ್ ಹರಳು (CuSO4).

29. ಹಸಿರು ವಿಟ್ರಿಯಾಲ್-green vitriol ಯಾವ ವಸ್ತು?

   - ಕಬ್ಬಿಣ- ಸಲ್ಫೇಟ್ ಹರಳು,Ferrous Sulphate Crystals(FeSO4)

30. ಕೆಂಪು/ಗುಲಾಬಿ ವಿಟ್ರಿಯಾಲ್-Red/Pink vitriol ಯಾವ ವಸ್ತು?

   - ಕೋಬಾಲ್ಟ್ ಸಲ್ಫೇಟ್ ಹರಳು,Cobalt Sulphate Crystals (COSO4)

31. Oil of vitriol - ವಿಟ್ರಿಯಾಲ್-ತೈಲ ಯಾವುದು?

   - Sulphuric Acid (Con)- ಗಂದಾಕಾಮ್ಲ (Con) (H2SO4)

32. ರಾಸಾಯನಿಕ ವಿಜ್ಞಾದಲ್ಲಿ, ವಿಟ್ರಿಯಾಲ್ ಎನ್ನುವುದು ಕೆಲವು ಲೋಹಗಳ ಮತ್ತು ಸಲ್ಫೇಟ್ --ಸಂಯುಕ್ತಗಳಿಗೆ Vitriol is name in chemistry for compounds of certain metals and sulphates.

33. ಪರಮಾಣು ಬಾಂಬಿನಲ್ಲಿ (ATOM BOMB) ವಿನಾಶಕಾರಿ ಶಕ್ತಿ, ಬೆಂಕಿ, ಒತ್ತಡ ಮೊದಲಾದ ವಸ್ತುಗಳು ಬಿಡುಗಡೆ ಆಗುವುದು, ಯಾವ ರಾಸಾಯನಿಕ ಕ್ರಿಯೆಯಿಂದ?

   - ಪರಮಾಣು ವಿದಳನ ಕ್ರಿಯೆಯಿಂದ.(By fission of atom).

34. ಪರಮಾಣು ಸಮ್ಮಿಳನ ಆದಾಗ ಆಗುವ (FUSION OF ATOMS) ಕ್ರಿಯೆಯಿಂದ ಏನಾಗುವುದು?

    - ವಿನಾಶಕಾರಿ ಶಕ್ತಿ, ಬೆಂಕಿ, ಒತ್ತಡ ಮೊದಲಾದ ವಸ್ತುಗಳು ಬಿಡುಗಡೆ ಆಗುವುದು,ಆಪಾರ ಹಾನಿಯಾಗುವುದು.

35. ಹೀರೋಡಿಮದ ಮೇಲೆ ಅಮೇರಿಕ ಸಿಡಿಸಿದ ಬಾಂಬ್ ಯಾವುದು?

    - ಪರಮಾಣು ಬಾಂಬ್.

36. ಹೀರೋಡಿಮದ ಮೇಲೆ ಅಮೇರಿಕ ಸಿಡಿಸಿದ ಬಾಂಬ್ ನ ಹೆಸರೇನು?

    - ಲಿಟ್ಲ್ ಬಾಯ್

37. ನಾಗಸಾಕಿಯ ಮೇಲೆ ಅಮೇರಿಕ ಸಿಡಿಸಿದ ಬಾಂಬ್ ನ ಹೆಸರೇನು?

    - ಫ್ಯಾಟ್ ಮ್ಯಾನ್.

38. ಹೈಡ್ರೋಜನ್ ಬಾಂಬ್ ನಲ್ಲಿ ಯಾವ ರಾಸಾಯನಿಕ ಕ್ರಿಯೆಗಳು ಆಗಿ ವಿಧ್ವಂಸಕಾರಕ ಶಕ್ತಿ ಬಿಡುಗಡೆ ಆಗುವುದು?

    - ಹೈಡ್ರೋಜನ್ ಬಾಂಬ್ ನಲ್ಲಿ ಪರಮಾಣು ವಿದಳನ ಮತ್ತು ಪರಮಾಣು ಸಮ್ಮಿಳನ
    fission and fusion, ಕ್ರಿಯೆಗಳು ನಡೆಯುತ್ತವೆ.

39. ವಾಯುಭಾರ ವನ್ನು ಅಳೆಯುವ scale ಯಾವುದು?

    - ಪ್ಯಾಸ್ಕಲ್ ಸ್ಕೇಲ್-ಅಳತೆ.

40. ಬ್ಲ್ಯಾಕ್ ಕ್ಯಾ ಟ್-SPG- ರಕ್ಷಣೆ ಯಾರಿಗೆ ಸಿಗುವುದು?

    - ದೇಶದ ಪ್ರಧಾನಿ ಯವರಿಗೆ.

41. ಇತ್ತೀಚಿಗೆ ಟೊಂಗಾ ಅಗ್ನಿಪರ್ವತ ಸ್ಫಟಿಸಿದ್ದು ಭೂಮಿಯಮೇಲೊ ಅಥವಾ ಸಾಗರದ

    ತಳದಲ್ಲಿಯೋ? ಅನಾಹುತವೇನಾಯಿತು?

    - ಸಾಗರದ ತಳದಲ್ಲಿ ದಕ್ಷಿಣ ಪೆಸಿಫಿಕ್ ಸಾಗರದಲ್ಲಿ ಸುನಾಮಿ ಆಗಿ ಅನೀಕ ದೇಶಗಳ ಕರಾವಳಿ ನಾಶ.

42. ಸಕ್ಕರೆ ಖಾಯಿಲೆ ಇರುವವರಿಗೆ ಯಾವ ರಾಸಾಯನಿಕವನ್ನುಚುಚ್ಚುಮದ್ದಿನಿಂದ ಕೊಡುವರು?

    - ಇನ್ಸುಲಿನ್ ರಾಸಾಯನಿಕವನ್ನು

43. ಪ್ಯಾರಾಸಿಟಿಮಾಲ್ ಮಾತ್ರೆಗಳನ್ನು ಇತ್ತೀಚಿನ ದಿನಗಳಲ್ಲಿ ಯಾವ ವೈರಸ್ ರೋಗಕ್ಕೆ ಉಪಯೋಗಿಸಬಹುದು?

    - ಕೋರೋನ, ಒಮಿಕ್ರಾನ್ ರೋಗಗಳಿಗೆ.

44. Oncology ಎಂಬ ಅಧ್ಯಯನ ಯಾವರೋಗಕ್ಕೆ ಸಂಬಂದಿಸಿದೆ?

    - ಕ್ಯಾನ್ಸರ್ ರೋಗ.

45. ISRO ಎಂದರೆ ಏನು-ಬಿಡಿಸಿ.

    - ಇಂಡಿಯನ್ ಸ್ಪೇಸ್ ರಿಸರ್ಚ್ ಆರ್ಗನ್ಯೆಸೇಶನ್.

46. ಶ್ರೀಹರಿಕೋಟದಲ್ಲಿ defence ಸಂಬಂದ ಎನನನ್ನುಮಾಡುತ್ತಾರೆ?

    - ಉಪಗ್ರಹಗಳನ್ನು ಉಡಾವಣೆ ಮಾಡುವರು

47. DRDO -ರಚಿಸಿದ UAV ಮನುಷ್ಯ ರಹಿತ ಗಾಳಿ ವಾಹನದ ಹೆಸರೇನು?

    - ರುಸ್ತುಮ್-2.

48. HIV ಎಂದರೇನು?

    - ಹ್ಯೂಮನ್ ಇಮ್ಮ್ಯೂನೋ ಡಿಫೀಶಿಯನ್ಸಿ ವೈರಸ್.

49. ಹಾಲಿನಲ್ಲಿ ಇರುವ ಅಂಶ-components - ಯಾವುವು?

    - ನೀರು,ಪ್ರೋಟೀನ್‌ಗಳು,ಶರ್ಕರಗಳು.

50. ಪೆಪ್ಸಿನ್ ಕಿಣ್ವ ಹಾಲಿನ ಯಾವ ಸಮ್ಮುಕ್ತದ ಮೇಲೆ ಕ್ರಿಯೆ ಮಾಡುವುದು?

    - ಪ್ರೋಟಿಗಳನ್ನು ಸಣ್ಣ ಕಣಗಳಾಗಿ ಪರಿವರ್ತಿಸುವುದು.

51 ಬೈಲ್ ಕಿಣ್ವ ಹಾಲಿನ ಯಾವ ಸಮ್ಮುಕ್ತದ ಮೇಲೆ ಕ್ರಿಯೆ ಮಾಡುವುದು?

    - ಪ್ರೋಟಿಗಳನ್ನು ಪೆಪ್ಟೈಡ್, ಆಮ್ಯೈನೋ ಆಮ್ಲ ಗಳಗಳಾಗಿ ಪ್ರವರ್ತಿಸುವುದು.

52. ಲ್ಯಾಕ್ಟೆಸ್ ಕಿಣ್ವದ ಕೆಲಸವೇನು?

    - ಲ್ಯಾಕ್ಟೋಸ್‌ಅನ್ನು ಗ್ಲೂಕೋಸ್ ಮತ್ತು ಗ್ಯಾಲಕ್ಟೋಸ್ ಆಗಿ ಪರಿವರ್ತಿಸುವುದು.

53. ಕರುಳಿನ ಯಾವ ಭಾಗದಲ್ಲಿ ಗ್ಲೂಕೋಸ್ ಮತ್ತು ಗ್ಯಾಲಕ್ಟೋಸ್ ಹೀರಲ್ಬಡುವುದು?

    - ಸಣ್ಣ ಕರುಳಿನ ವಿಲ್ಲೆ ಗಳಲ್ಲಿ ಹೀರಲ್ಬಡುವುದು.

54. ನೀರಿನಲ್ಲಿ ಕರಗುವ ವಿಟಮಿನ್ ಗಳು ಯಾವುವು?

    - B ವಿಟಮಿನ್ ಮತ್ತು C ವಿಟಮಿನ್.

55. A, D, E ಮತ್ತು K ವಿಟಮಿನ್ ನೀರಿನಲ್ಲಿ ಕರಗುವುದಿಲ್ಲ, ಹಾಗಾದರೆ ಯಾವ ವಸ್ತುವಿನಲ್ಲಿ ಕರಗುವುದು?

    - ಕೊಬ್ಬು-FATS- ಗಳಲ್ಲಿ ಕರಗುವುವು.

56. ಫೋಟಾಲಿಸಿಸ್ ನಿಂದ ಯಾವ ಕ್ರಿಯೆ ಎಲೆಗಳಲ್ಲಿ ಆಗುವುದು?ಬರುವ, ವಸ್ತುಗಳು ಯಾವುವು?

    - ನೀರಿನ ಕಣಗಳು ವಿಭನೆಟ್ಟನೆ ಆಗಿ, H + ಮತ್ತು OH -, ಐಯಾನ್ ಕಣ ಗಳು ಬಿಡುಗಡೆ ಆಗುವುದು.

57. 4G ಅಂದರೇನು? ಇದರ ಉಪಯೋಗ ಏನು?

    - 4G ಮೊಬೈಲ್ ಹಾಗೂ inter-net ಗಳಲ್ಲಿ ಬಳೆಸುವ ಅಲೆಗಳು.ಹೆಚ್ಚುದತ್ತಾಂಶಗಳನ್ನು ವೇಗ ವಾಗಿ ಡೌನ್ಲೋಡ್ ಮಾಡಬಹುದು.

58. ಅಣುಗಳನ್ನು ಕಂಡು ಹಿಡಿದ ವಿಜ್ಞಾನಿ ಯಾರು?

- ಜಾನ್ ಡಾಲ್ಟನ್.

59. ಗ್ರಹಮ್ ಬೆಲ್ ಏನನ್ನು ಕಂಡು ಹಿಡಿದರು?

- ಮೊದಲ ಟೆಲಿಫೋನ್.

60. ಸ್ಯಾಂಯುಯಲ್ ಮೊರ್ಸ್ ಏನನ್ನು ಕಂಡು ಹಿಡಿದರು?

- ಮೊದಲ ಟೆಲಿಗ್ರಾಫ್.

61. ಘನ ಕಾರ್ಬನ್ ಡೈ ಆಕ್ಸೈಡ್ ಅನ್ನು ಏನೆಂದು ಕರೆಯುವರು?

- ಡ್ರೈ ಐಸ್– DRY-ICE.

62. ಫೋಕ್ರಾನ್ ಎಂಬ ಸ್ಥಳದ ಪ್ರಾಮುಖ್ಯತೆ ಏನು?

- ಭಾರತದ ಮೊದಲನೆಯ ಆಟಂ ಬಾಂಬ್ ಪರೀಕ್ಷಾ ಸ್ಫೋಟದ ಸ್ಥಳ.

63. ಒಡಿಶಾ-ORISSA-ಚಾಂಡಿಪುರ ಕರಾವಳಿಯಿಂದ ಅಂತರಿಕ್ಷಕ್ಕೆ ಉಡಾಯಿಸಿದ ಕ್ಷಿಪಣಿ ಯಾವುದು?

- ಸುಧಾರಿತ ಬ್ರಾಮೋಸ್ ಕ್ಷಿಪಣಿ.

64. ರಾಕೆಟ್ ಗಳಲ್ಲಿ ಬಳಸುವ ಯಂತ್ರಗಳಲ್ಲಿ ಯಾವ ರೀತಿಯ ಫುಯಲ್ಸ್ ಬಳಸುವರು?

- ಕ್ರಯೋಜೆನಿಕ್ – CRYOGENIC-fuels.

8. Q's On GENERAL AWARENESS – ಸಾಮಾನ್ಯತಿಳುವಳಿಕೆ

WITH EXPLANATION

CYCLE OF POLLUTANTS- PRIMARY AND SECONDARY- POLLUTANTS

ಪ್ರಾಥಮಿಕ ಮತ್ತು ದ್ವಿತೀಯ ಮಾಲಿನ್ಯ ಕಾರಕಗಳು

PRIMARY POLLUTANTS TO AIR:

Carbon Monoxide –Mostly Aero planes, automobiles smoke.

Sulphur oxides–automobiles smoke.

Nitrous Oxide – vehicles Nitrogen di oxide –vehicles

Ammonia Compounds– – Volcanoes

VOC –volatile organic carbons– sources– Towns, Cities, Factories Particulates– (PM) From all construction activities, Shipping activities, particles of soot, metals, and pollen, dust,

SECONDARY POLLUTANTS FROM AIR:

The pollutants that are formed in the atmosphere by chemical interactions between primary pollutants and atmospheric constituents in SUN LIGHT are known as secondary pollutants.

Examples; Sulphur trioxide, ozone, ketones, sulphuric acid, nitric acid, carbonic acid, acid rain, smog, and other, PM. Smog. (Particulate Materials).

HARMFUL EFFECTS OF SECONDARY POLLUTANTS: Human Health issues, SMOG, (Smoke + Fog), Heavy Unexpected Rains in Cities, Warm Air, Sever Weather Changes may be many more not predictable effects.

MERCURY - ಸಾಮಾನ್ಯ ವಿಜ್ಞಾನ - ಪಾದರಸ

MERCURY & ITS USE ಪಾದರಸ & ಅದರ ಉಪಯೋಗ

Mercury is a liquid metal at room temperature, it has shinning quality like Silver, sometimes it is known as Quick Silver.

Chemical Symbol Hg, Atomic Number – 80. It becomes solid at minus 38 0 C. Its boiling point is 356 0 C. Molecules have cohesion force.

ಪಾದರಸವು ಸಾಮಾನ್ಯ ಉಷ್ಣಾಂಶದಲ್ಲಿ ದ್ರವ ರೂಪದಲ್ಲಿ, ಲೋಹವಾಗಿದೆ.ಇದು ಬೆಳ್ಳಿಯಹಾಗೆ ಹೊಳೆಯುವುದರಿಂದ ಇದನ್ನು Quick Silver ಎನ್ನುವರು.

ಇದರ ಚಿನ್ನೆ Hg, ಪರಮಾಣು ಸಂಖ್ಯೆ 80. ಇದು ಮೈನಸ್ 38 0 C ನಲ್ಲಿ ಘನವಾಗುವುದು. 356 0 C ನಲ್ಲಿ ಕುದಿಯುವುದು. ಇದರ ಅಣುಗಳು ಹೆಚ್ಚು ಸಂಸಕ್ತಿ (Cohesion) ಹೊಂದಿವೆ.

MERCURY-RELATED QUESTIONS

- ಪಾದರಸಕ್ಕೆಸಂಬಂದ-ಪ್ರಶ್ನೆಗಳು

1. Why only Mercury is used in barometer, not water?

   Density of Mercury is greater than water at sea level. Tube must be longer if water is used.13.53g/cm2 –7.86g/cm

2. ಬ್ಯಾರೋಮೀಟರ್ ನಲ್ಲಿ ಪಾದರಸಲುಪಯೋಗಿಸುವರು ನೀರಿನಬದಲು ಎಕೆ?

   ಪಾದರಸ ನೀರಿಗಿಂತ ಅಧಿಕ ಸಂದ್ರತೆ(13.53g/cm-2 7.86g/cm2.) (ನೀರನ್ನು ಉಪಯೋಗಿಸಿದರೆ ನಳಿಕೆ ಉದ್ದ ಜಾಸ್ತಿ ಆಗಬೇಕು.)

3. What is amalgam?

   Mercury + another Metal.

4. Which disease might be possible by using mercury contaminated food?

   Brain disease-Minamata, neural defects.

5. Iron floats in Mercury how?

   Mercury is denser (–13.53g/cm2 –7.86g/cm 2.)

6. ಆಮಾಲ್ಗಂ ಎಂದರೇನು?

   ಪಾದರಸ+ಇನ್ನೊಂದು ಲೋಹದ ಮಿಶ್ರಣ.

7. ಯಾವ ರೋಗ ಪಾದರಸದ ಕಲಬೆರಿಕೆಆಹಾರದಿಂದ ಬರುತ್ತೆ?

   ಪಾದರಸದ ಕಲಬೆರಿಕೆಆಹಾರದಿಂದ ಮೆದುಳಿನ ಸಂಭಂದ ರೋಗ(ಮೀನಮಟ)ರೋಗ ಬರುವುದು.

8. ಕಬ್ಬಿಣ ಪಾದರಸದಲ್ಲಿ ತೇಲುವುದು ಏಕೆ?

   ಸಾಂದ್ರತೆಯಲ್ಲಿ ಪಾದರಸ ಜಾಸ್ತಿ- 13.53g/cm2 –7.86g/cm

Fahrenheit Scale- Ice to water at 32 0 F, Water boiling at 212 0 F. Divided into 180 equal divisions, Celsius Scale at 0 C Ice to water-0 degree C, Water boiling at 100-degree C.

Kelvin Scale-at 0 K Ice boiling to Water, at 273 degrees K Water boiling at 373 degrees K.

Water to Ice in Celsius—0-degree C. (Zero), Water to Ice in Kelvin -----273-degree K.

Water to Ice in Fahrenheit - 32 - degree F.Human body Normal Temperature 37.1 0 C; 98.6/7 0 F.

MERCURY & ITS USE-ಪಾದರಸ & ಅದರ ಉಪಯೋಗ

ಥರ್ಮೋಮೀಟರ್ ನ ಗಾಜಿನ ನಳಿಕೆಯಲ್ಲಿ, ಬ್ಯಾರೋ ಮೀಟರ್ ನಲ್ಲಿ, ಸ್ಫಿಗ್ಮೋ ಮಾನೋ ಮೀಟರ್ ನಲ್ಲಿ,

ಪಾದರಸ vapor ದೀಪದಲ್ಲಿ, ಟ್ಯೂಬ್ ಲೈಟ್ ಗಳಲ್ಲಿ ಬ್ಯಾಟರಿ ಗಳಲ್ಲಿ (CELLS), ಔಷಧಿ ಗಳ ತಯಾರಿಕೆಯಲ್ಲಿ, Beauty, ಪ್ರೋಡಕ್ಟ್ಸ್ ಳಲ್ಲಿ ಥರ್ಮೋ ಫ್ಲಾಸ್ಕ್ ನಲ್ಲಿ,

In Thermometer glass tube, In Barometer, In Sphygmomanometer, In Mercury Vapor Lamps,

In Tube Lights, In Battery Cells, In Medicines, In Beauty Products, In Thermos flask.

ಸಾಮಾನ್ಯ ತಿಳುವಳಿಕೆ

ಗಾಳಿಯ ಮಾಲಿನ್ಯ,ನೀರಿನ ಮಾಲಿನ್ಯ ಆಹಾರದ ಮಾಲಿನ್ಯ,

-ಈ 3 ರೀತಿಯ ಮಾಲಿನ್ಯದಿಂದ ಜೀವಿಗಳಿಗೆ ಅನೇಕರೀತಿಯ ತೊಂದರೆಗಳು ಆಗುತ್ತದೆ.

ವಾಹನಗಳ ಹೊಗೆ,ಕೈಗಾರಿಕಾ ರಾಸಾಯನ ವಸ್ತುಗಳು,ಧೂಳು, ಹೂಗಳ pollen, O3, CO, SO2,

NH3, NO2,NO, VOC volatile organic compounds,

ನೀರಿನಲ್ಲಿ ಕರಗುವ ರಾಸಾಯನಿಕಗಳು, ಚರಂಡಿ ನೀರು, ಗಣಿಗಾರಿಕೆಯ ವಸ್ತುಗಳು, ಪೆಟ್ರೋಲಿಯಂ ಎಣ್ಣೆ ನೀರಿನಲ್ಲಿ ಸೇರಿದಾಗ,

ರಸ ಗೊಬ್ಬರಗಳ ಸೋರುವಿಕೆ, ರೋಗಿಗಳ ಮಾಲ,ಮೂತ್ರ ನೀರಿಗೆ ಸೇರುವಿಕೆ, viruses, parasites, radioactive wastes.

ಆಹಾರಕ್ಕೆ ಬೇರೆಯ ವಸ್ತುಗಳ ಕಲಬೆರಿಕೆ, ಬಣ್ಣಹಾಕುವುದು, ವಾಸನಿ ಬರುವಹಾಗೆ ಮಾಡುವುದು, ಕೆಟ್ಟ ಎಣ್ಣೆ ಸೇರಿಸುವುದು, ಹುಳು ಇರುವ ಪದಾರ್ಥ.

ಮಾಲಿನ್ಯ ಪ್ರಾಕೃತಿಕ ವಸ್ತು + ಹಾನಿಕಾರಕ ಕಣಗಳು ಸೇರಿದಾಗ ಗುಣಗಳ ಬದಲಾವಣೆ ಆಗುವುದು, ಆಗ ಪ್ರಾಕೃತಿಕ ವಸ್ತು ಮಾಲಿನ್ಯವಾಗುವುದು.

Quality of Natural Resources + Pollutants = Pollution.

ಸ್ವಭಾವಿಕ, ನೈಸರ್ಗಿಕ ಮೂಲಗಳಿಗೆ, ಮನುಷ್ಯನ ಚಟುವಟಿಕೆಗಳಿಂದ ತಯಾರಾಗಿರುವ ಮಾಲಿನ್ಯ-ಕಾರಕಗಳು, ವಸ್ತುಗಳು ಸೇರಿದಾಗ, ನೈಸರ್ಗಿಕ ಮೂಲಗಳಲ್ಲಿ ವೈಪರೀತ್ಯಬದಲಾವಣೆ ಆಗುವುದು

-ಅದೇ ಮಾಲಿನ್ಯ.

ಮಾಲಿನ್ಯ-ಕಾರಕಗಳು ಪ್ರಕೃತಿಯ ವಸ್ತು ಅಥವಾ ಮಾನವ-ಮಾಡಿದ ಅಂಶಗಳಾಗಿರಬಹುದು. ಜೀವಿಗಳನಷ್ಟ,ರೋಗ,ಉಂಟಾಗುವ, ನೈಸರ್ಗಿಕ ಮೂಲಗಳ ಸ್ಥಿತಿಗೆ ಮಾಲಿನ್ಯ ಎನ್ನಬಹುದು.

ಮಾಲಿನ್ಯ-ಕಾರಕಗಳು, ಘನ,ದ್ರವ & ಅನಿಲ,

ಶಕ್ತಿಯ ಅನೇಕ ರೂಪ (ಕ್ಷ-ವಸ್ತು,ಅತಿ ಬೆಳಕು, ಅತಿ ಶಬ್ದ,)

ಇವುಗಳಿಂದ ಆಗಬಹುದು. ನೀರು,ಗಾಳಿ,ಆಹಾರ ಮಾಲಿನ್ಯದಿಂದ ಪ್ರಪಂಚದಲ್ಲಿ ಲಕ್ಷಾಂತರ ಮನುಷ್ಯರು, ಪ್ರಾಣಿಗಳು, ಸಸ್ಯಗಳು ಸತ್ತಿವೆ, ರೋಗಿಗಳಾಗಿವೆ, ನಿತ್ಯಜೀವನದಲ್ಲಿ ಕಷ್ಟ ಆಗಿದೆ.

What is Pollution- Types of Pollution- Effect on our living.

Pollution is the addition of man-made-substances into the natural resources that cause adverse change. Pollution can take the form of any substance (solid, liquid, or gas) or energy (such as radioactivity, heat, sound, or light).

Pollutants, the components of pollution, can be either foreign substances/energies or naturally occurring contaminants. Although environmental pollution can be caused by natural events. Pollution killed millions of people, animals and plants, diseases have come, living becomes difficult worldwide.

ಗಾಳಿಯ ಮಾಲಿನ್ಯ - AIR POLLUTION, ನೀರಿನ ಮಾಲಿನ್ಯ - WATER POLLUTION

ಆಹಾರ ಮಾಲಿನ್ಯ - FOOD POLLUTION ಭೂಮಿಯ ಮಾಲಿನ್ಯ- SOIL POLLUTION

ಉಷ್ಣಾಂಶದ ಮಾಲಿನ್ಯ - THERMAL POLLUTION,PLASTIC POLLUTION- ಪ್ಲಾಸ್ಟಿಕ್ ಮಾಲಿನ್ಯ.

MEDICAL WASTE POLLUTION- ಆಸ್ಪತ್ರೆಗಳ ತಾಜ್ಯ ಮಾಲಿನ್ಯ. INDUSTRIAL WASTE POLLUTION- ಕೈಗಾರಿಕಾ ತಾಜ್ಯ ಮಾಲಿನ್ಯ. RADIOACTIVE POLLUTION –ವಿಕಿರಣಶೀಲ ಮಾಲಿನ್ಯ

ARTIFICIAL LIGHT POLLUTION - ಕೃತಕ ಬೆಳಕಿನ ಮಾಲಿನ್ಯ

ಮಾಲಿನ್ಯ ಕಾರಕಗಳ (Pollutants) - ವಾಹನಗಳ ಹೊಗೆ,ಕೈಗಾರಿಕಾ ರಾಸಾಯನ ವಸ್ತುಗಳು,ಧೂಳು, ಹೂಗಳ pollen, O3, CO, SO2,NH3, NO2,NO, VOC volatile organic compounds ನೀರಿನಲ್ಲಿ ಕರಗುವ ರಾಸಾಯನಿಕಗಳು, ಚರಂಡಿ ನೀರು, ಗಣಿಗಾರಿಕೆಯ ವಸ್ತುಗಳು, ಪೆಟ್ರೋಲಿಯಂ ಎಣ್ಣೆ ನೀರಿನಲ್ಲಿ ಸೇರಿದಾಗ, ರಸ ಗೊಬ್ಬರಗಳ ಸೋರುವಿಕೆ, ರೋಗಿಗಳ ಮಾಲ,ಮೂತ್ರ ನೀರಿಗೆ ಸೇರುವಿಕೆ, viruses, parasites, radioactive. ಆಹಾರಕ್ಕೆ‍ಬೇರೆಯ ವಸ್ತುಗಳ ಕಲಬೆರಿಕೆ, ಬಣ್ಣಹಾಕುವುದು, ವಾಸನಿ ಬರುವಹಾಗೆ ಮಾಡುವುದು, ಕೆಟ್ಟ ಎಣ್ಣೆ ಸೇರಿಸುವುದು, ಹುಳು ಇರುವ ಪದಾರ್ಥ.

ಗಾಳಿಯ ಮಾಲಿನ್ಯ,ನೀರಿನ ಮಾಲಿನ್ಯ ಆಹಾರದ ಮಾಲಿನ್ಯ, -ಈ 3 ರೀತಿಯ ಮಾಲಿನ್ಯದಿಂದ ಜೀವಿಗಳಿಗೆ ಅನೇಕರೀತಿಯ ತೊಂದರೆಗಳು ಆಗುತ್ತದೆ.

ನಮ್ಮದೇಶದ ಮಾಲಿನ್ಯವಾದ ನಗರಗಳು, ನದಿಗಳು

Poor air Quality: Agra, Raipur, Faridabad, Ludhiana, Patna Delhi and Bengaluru.

Bad Quality water: Ganga, Yamuna, Sabarmati,

QUESTIONS-ಪ್ರಶ್ನೆಗಳು

1. ಗಾಳಿಯ ಮಾಲಿನ್ಯ ಎಂದರೇನು?

2. ಗಾಳಿಯ ಮಾಲಿನ್ಯ ನಿಂದ ಆಗುವ ಪರಿಣಾಮವೇನು?

3. ಗಾಳಿಯ ಮಾಲಿನ್ಯ ಕಾರಕ ಗಳು ಯಾವುವು?

4. ಗಾಳಿಯ ಮಾಲಿನ್ಯವನ್ನು ಹೇಗೆ ತಡೆಯಬಹುದು?

5. ನಮ್ಮಪರಿಸರದ ಮಾಲಿನ್ಯ ಎಂದರೇನು?

6. ನಮ್ಮಪರಿಸರದ ಮಾಲಿನ್ಯವನ್ನುತಗ್ಗಿಸಲು ನಮ್ಮ ಸರ್ಕಾರದ ಕಾರ್ಯಕ್ರಮಗಳೇನು?

7. ನಮ್ಮಪರಿಸರದ ಮಾಲಿನ್ಯವನ್ನುತಗ್ಗಿಸಲು ಪ್ರಜೆಗಳಾದವರು ಏನು ಮಾಡಬೇಕು?

8. ನೀರಿನ ಮಾಲಿನ್ಯ –ಆಹಾರ ಮಾಲಿನ್ಯ –ಭೂಮಿಯ ಮಾಲಿನ್ಯ-ಉಷ್ಣಾಂಶದ

9. ೯ ಮಾಲಿನ್ಯಇವುಗಳಲ್ಲಿನ ಮಾಲಿನ್ಯ ಕಾರಕಗಳ(Pollutants) ಪರಿಣಾಮವೇನು?

ಮಾಲಿನ್ಯ ಕಾರಕಗಳ(Pollutants) ಪರಿಣಾಮಗಳು

ಪ್ರಾಣಿಗಳ, ಮಾನವನ ಉಸಿರಾಟ, ಹೃದಯಕ್ಕೆ ಆಘಾತ, ಚರ್ಮ ರೋಗಗಳು, ಕ್ಷಯ ರೋಗ, ವಾಂತಿ, ಬೇದಿ, ಗ್ಯಾಸ್ (ಹೊಟ್ಟೆಯಲ್ಲಿ) ತೊಂದರೆ, ಜಲಚರ ಪ್ರಾಣಿಗಳ ಸಾವು, ಅನಿರೀಕ್ಷಿತ ವಾಯುಮಾನದಲ್ಲಿ ಬದಲಾವಣೆ, ಹೆಚ್ಚು ಉಷ್ಣಾಂಶ, ಚಂಡಮಾರುತಗಳು.

ಅತಿಹೆಚ್ಚು ಅಕಾಲಿಕ ಮಳೆ, ಬೆಳೆಗಳ ನಾಶ, ಆರ್ಥಿಕ ತೊಂದರೆ.

ಮಾಲಿನ್ಯ ತಪ್ಪಿಸಲು ಏನು ಮಾಡಬೇಕು?

ಜನ ಸಂಖ್ಯೆಜಾಸ್ತಿ ಆಗುತ್ತಿರುವುದನ್ನು ತಪ್ಪಿಸಬೇಕು, ಪೆಟ್ರೋಲಿಯಂ ಎಣ್ಣೆಗಳ ಉಪಯೋಗ ನಿಯಂತ್ರಿಸುವುದು. ಹೆಚ್ಚು ಸಸ್ಯಗಳನ್ನು ಬೆಳಸುವುದು, ತಾಜ್ಯವಸ್ತುಗಳನ್ನು Recycle ಮಾಡಬೇಕು

ಪ್ರಜೆಗಳಿಗೆ ತಿಳುವಳಿಕೆ ಬರುವಹಾಗೆ ವಿದ್ಯಾಭ್ಯಾಸದಲ್ಲಿ ಮಾರ್ಪಾಡು. ಕಾನೂನು ಕ್ರಮ, ಮಾಲಿನ್ಯ-ಮೇಲ್ವಿಚಾರಕರು, ಸರ್ಕಾರದ ಯೋಜನೆಗಳ ಅನುಷ್ಠಾನ.

9. ONE Q & ONE A - ತಿಳಿಯಬೇಕಾದ ಅಂಶಗಳು

GENERAL SCIENCE

FACTS TO REMEMBER

ಚಿತ್ರದಲ್ಲಿ A,B, C,D label ಆಗಿದೆ. - ಜೀರ್ಣಾಂಗ ಚಿತ್ರ ಕೊಟ್ಟಿಲ್ಲ.

ಸರಿಯಾದ ಉತ್ತರ:

A   ಡಿಯೊಡೆನಾಮ್, ಗಾಲ್ ಗ್ರಂಥಿ, ಪ್ಯಾಂಕ್ರಿಯಾಸ್, ನಾಳ

B   ಗಾಲ್ ಗ್ರಂಥಿ, ಪ್ಯಾಂಕ್ರಿಯಾಸ್, ನಾಳ, ಡಿಯೊಡೆನಾಮ್

C   ಪ್ಯಾಂಕ್ರಿಯಾಸ್, ನಾಳ, ಡಿಯೊಡೆನಾಮ್, ಗಾಲ್ ಗ್ರಂಥಿ,

D   ನಾಳ, ಡಿಯೊಡೆನಾಮ್, ಗಾಲ್ ಗ್ರಂಥಿ, ಪ್ಯಾಂಕ್ರಿಯಾಸ್

1. ರಕ್ತ ಪರಿಚಲನೆಯನ್ನು ಮೊದಲಿಗೆ ವಿವರಿಸಿದ ವಿಜ್ಞಾನಿ ಯಾರು? – ವಿಲಿಯಂ ಹಾರ್ವೇ.

2. ದೇವಿ –inaaculation– ಹಾಕಿಸುವುದನ್ನು ಮೊದಲಿಗೆ ವಿವರಿಸಿದ ವಿಜ್ಞಾನಿ ಯಾರು?

    – ಎಡ್ವರ್ಡ್ ಜನ್ನರ್ತಿ

3. ಕೃತಕ ಹೃದಯ –artificial heart– ಬಗ್ಗೆ ಮೊದಲಿಗೆ ವಿವರಿಸಿದ ವಿಜ್ಞಾನಿ ಯಾರು?

    – ಕ್ರಿಸ್ಟಿಯನ್ ಬರ್ನಾರ್ಡ್.

4. ಟೆಲಿಸ್ಕೋಪ್ ಮಾಡಿ ಮೊದಲಿಗೆ ವಿವರಿಸಿದ ವಿಜ್ಞಾನಿ ಯಾರು?

    – ಗೇಲಿಲಿ ಗೆಲಿಲಿಯೋ.

5. ಪ್ಯಾಟ್ರಿಕ್ ಸ್ಟೆಪ್ಟೋ ಮತ್ತು ರಾಬರ್ಟ್ ಎಡ್ವರ್ಡ್ಸ್ ಯಾವುದರ ಬಗ್ಗೆ ಮೊದಲಿಗೆ ವಿವರಿಸಿದರು?

    – ಪ್ರಣಾಳ ಶಿಶು.

6. ಜೆನಿಟಿಕ್ಸ್ ನ ಸಂಸ್ಥಾಪಕ ವಿಜ್ಞಾನಿ ಯಾರು?

    – ಗ್ರಿಗರ್ ಮೆಂಡೆಲ್.

7. ಡೈನಾಮೈಟ್ ಕಂಡು ಹಿಡಿದ ವಿಜ್ಞಾನಿ ಯಾರು? –

    – ಆಲ್ಫ್ರೆಡ್ ನೋಬೆಲ್

8. ಮೇಡಂ,ಕ್ಯೂರಿ ಕಂಡು ಹಿಡಿದ ವಸ್ತು ಯಾವುದು?

    - ರೇಡಿಯಮ್.

9. ರಿಫ್ಲೆಕ್ಸ್ ಆಕ್ಷನ್ ಮೊದಲು ವಿವರಿಸಿದ ವಿಜ್ಞಾನಿ ಯಾರು?

    - Rene Descrets 1964..

10. ಪಾವಲೋವ್ ಅವರು ವಿವರಿಸಿದ ವಿಷಯ ಏನು?

    - Conditioned Reflection Action.

11. ಮೂತ್ರಕೋಶಗಳ ಒಳಗೆ ಇರುವ ನಳಿಕೆಗಳು ನೀರನ್ನು ಮಾತ್ರ ಶೋದಿಸುತ್ತವೆ, ಆವುಗಳ ಹೆಸರೇನು?

    - ನೇಫ್ರಾನ್ ಗಳು.

12. ನ್ಯೂರಾನ್ ಗಳು ಎಲ್ಲಿವೆ, ಕೆಲಸವೇನು? -

    - ನ್ಯೂರಾನ್ ಗಳು ಮೆದುಳಿನಲ್ಲಿವೆ.

13. ಆಲ್ವಿಯೊಲ್ಯೆ ಗಳು ಶ್ವಾಸಕೋಶಗಳಲ್ಲಿರುವ ಸೂಕ್ಷ್ಮಗಾಳಿ ಕೋಶಗಳು,ಕಾರ್ಯವೇನು? -
    ಆಮ್ಲಜನಕ ವನ್ನು ರಕ್ತದಿಂದ ತೆಗೆದುಕೊಂಡು, ಇಂಗಾಲದ ಡೈ ಆಕ್ಸೈಡ್ ಅನ್ನು ವಿನಿಮಯ ಮಾಡುವುದು.

14. ಸಸ್ಯಗಳಲ್ಲಿ ಎಲೆಗಳಿಂದ ಆಹಾರವನ್ನು ಬೇರೆ ಬೇರೆ ಭಾಗಗಳಿಗೆ ಯಾವ ಅಂಗಾಂಶ ಸಾಗಾಣಿಕೆ ಮಾಡುವೂದು? -

    - ಫ್ಲೋಎಮ್ (Phloem) ಅಂಗಾಂಶ ಆಹಾರ ಸಾಗಾಣಿಕೆ ಮಾಡುವುದು.

15. ಇಲ್ಲಿ ಕೊಟ್ಟಿರುವ ವಸ್ತುಗಳಲ್ಲಿ ಅತ್ಯಂತ ಗಟ್ಟಿ ಯಾವುದು? ಕಬ್ಬಿಣ, ವಜ್ರ, ಪ್ಲಾಟಿನಂ?

    - ವಜ್ರ ಅತ್ಯಂತ ಗಟ್ಟಿ.

16. ಅತಿ ಹೆಚ್ಚು ತನ್ಯತೆ ಇರುವ (ಮ್ಯಾಲ್ಯಿಯಬಲಿಟಿ) ಲೋಹ ಯಾವುದು?

    - ಬಂಗಾರ (GOLD) ಅತಿ ಹೆಚ್ಚು ತನ್ಯತೆ (ಮ್ಯಾಲ್ಯಿಯಬಲಿಟಿ)

17. ಲೋಹ. ದ್ರವ ಬಂಗಾರ (LIQUID GOLD) ಎಂದು ಯಾವ ವಸ್ತುವಿಗೆ ಹೇಳುತ್ತಾರೆ?

    - ಪೆಟ್ರೋಲಿಯಂ, ದ್ರವ ಬಂಗಾರ (LIQUID GOLD).

18. ಪೆನ್ಸಿಲ್ಗಳಲ್ಲಿ ಕಪ್ಪು ಬರೆಯುವ ವಸ್ತು ಯಾವುದು.?

    - ಗ್ರಾಫೈಟ್ ಕಪ್ಪು ಬರೆಯುವ ವಸ್ತು.

19. ISRO ಅಂದರೆ ಏನು?

    - ಇಂಡಿಯನ್ ಸ್ಪೇಸ್ ರೀಸರ್ಚ್ ಆಗ್ರನ್ಯೆಸೇಶನ್.

20. BARC ಅಂದರೆ ಏನು?

  – ಬಾಬಾ ಅಟಾಮಿಕ್ ರೀಸರ್ಚ್ ಸೆಂಟರ್.

21. CFTRI ಅಂದರೆ ಏನು?

  – ಸೆಂಟ್ರಲ್ ಫುಡ್ ಟೆಕ್ನಲಾಜಿ ರೀಸರ್ಚ್ ಸೆಂಟರ್.

22. DRDO ಅಂದರೆ ಏನು?

  – ಡಿಫೇನ್ಸ ರೀಸರ್ಚ್ & ದೇವಲಪ್ ಮೆಂಟ್ ಆರ್ಗನೈಸೇಶನ್.

23. BMI ಎಂದು ದೇಹಕ್ಕೆ ಸಂಭದ ವಾದ ಪರಿಕಲ್ಪನೆ, BMI ಅಂದರೆ ಏನು?

  – ಬಾಡಿ ಮಾಸ್ ಇಂಡೆಕ್ಸ್ ದೇಹ, ಗಾತ್ರ, ತೂಕ.

ನಿಮ್ಮತಿಳುವಳಿಕೆ ಹೆಚ್ಚುಅಂಕಗಳನ್ನು ಕೊಡುವುದು ಪರೀಕ್ಷೆ ಗಳಲ್ಲಿ ಅಂಕಗಳು ಸರಿಯಾದ ಉತ್ತರ ಬರೆದರೆ ಸಿಗುವುದು. ವಿಷಯಗಳನ್ನು ಓದಿದಾಗ. ತಿಳಿಯುವುದು, ಜ್ಞಾಪಕಕ್ಕೆ ಬರುವುದು ಪುನಾರಾವರ್ತನೆ ಮಾಡಿದಾಗ. ಬೇರೆ ಯಾವ technique ಸಹಾಯ ಮಾಡುವುದಿಲ್ಲಾ. ಓದಿ, ಪುನಾರಾವರ್ತನೆ ಮಾಡಿ, ಜ್ಞಾಪಕಕ್ಕೆ ಬರುವುದು.

100 ಕ್ಕೆ 100 ತೆಗೆದು ಕೊಳ್ಳುವ ವಿದ್ಯಾರ್ಥಿಗಳು ಅನೀಕ ಸಾರಿ ಪುನಾರಾವರ್ತನೆ ಮಾಡುವರು. ಪ್ರಯತ್ನ ಮಾಡಿ. ಒಳ್ಳೆಯದಾಗಲಿ. ಇತ್ತೀಚಿನ ಪಠ್ಯ ಪುಸ್ತಕಗಳಲ್ಲಿ ಕೆಲವು ವಿಷಯಗಳನ್ನು ಕೊಟ್ಟಿರುತ್ತಾರೆ, ಕೆಲವರಿಗೆ ಆವಿಷಯಗಳನ್ನು ತಿಳಿಸುವುದಕ್ಕೆ ಪ್ರಯತ್ನ. ವಿಷಯಗಳನ್ನು ಸಂಗ್ರಹಿಸಿ ಕೊಡಲಾಗಿದೆ.

ಹೆಚ್ಚು ವಿಷಯಗಳನ್ನು ತಿಳಿಯಲು GOOGLE ಮಾಡಿ ತಿಳಿಯಬೇಕು.

YouTube ನ್ನು ನೋಡಿ, ಕೇಳಿ, ಕಲಿಯಲು ಪ್ರಯತ್ನಮಾಡಿ. ಜ್ಞಾಪಕಕ್ಕೆ ಬರಬೇಕಾದರೆ ಹೆಚ್ಚುನೋಡಿ, ಕೇಳಿ, ಪ್ರಯತ್ನಮಾಡಿ.

ONE Q & ONE A GK &ಸಾಮಾನ್ಯ ವಿಜ್ಞಾನ.

1. ಹಾಲನ್ನು ಕಾಯಿಸದೆ ಇಟ್ಟಾಗ 6/7 ಗಂಟೆಗಳಲ್ಲಿ ಹುಳಿಯಾಗಲು ಕಾರಣ?

  – ಲ್ಯಾಕ್ಟಿಕ್ ಆಮ್ಲ, ಬ್ಯಾಕ್ಟೀರಿಯಾ ಗಳಿಂದ ಉತ್ಪತ್ತಿಯಾಗಿ ಹಾಲು ಹುಳಿಯಾಗುವುದು.

2. ಗೋಬರ್ ಗ್ಯಾಸ್ ನಲ್ಲಿ ಇರುವ ಪ್ರಮುಖ ಅನಿಲ ಯಾವುದು?

  – ಮಿಥೇನ್.

3. ನವಿಲುಗಳಲ್ಲಿ ಎಷ್ಟು ಹಲ್ಲುಗಳಿವೆ?

  – ಹಲ್ಲುಗಳಿಲ್ಲ.

4. ವಿದ್ಯುತ್ ಪ್ರಹಾವದ ತಿಳಿಸಲು ಯಾವ ಘಟಕವನ್ನು ಉಪಯೋಗಿಸಬೇಕು?

  – AMPERE – (ಆಂಪಿಯರ್).

5. ಶಬ್ದಕ್ಕೆ ಸಂಭದಿಸದ ಘಟಕ ಯಾವುದು?

   - ಡೆಸಿಬಲ್ -(DECIBLE).

6. ಉಷ್ಣತೆ ಅಳೆಯಲು ಉಪಯೋಗಿಸುವ ಯೂನಿಟ್ S I ಯಾವುದು?

   -ಕೆಲ್ವಿನ್-(KELVIN).

7. ಕಿತ್ತಳೆ ಹಣ್ಣಿನಲ್ಲಿ ಯಾವ ವಿಟಮಿನ್ ಇದೆ? -

   - ವಿಟಮಿನ್ C.

8. ವಿಟಮಿನ್ D ಆಹಾರದ ವಸ್ತುಗಳಲ್ಲಿ ಸಿಗುವುದೇ? ಹೇಗೆ ದೊರೆಯುವುದು?

   - ಆಹಾರದ ವಸ್ತುಗಳಲ್ಲಿಲ್ಲ. ಸೂರ್ಯನ ಬೆಳಕಿಗೆ ನಮ್ಮ ಮೇಲ್ಮೈನ್ನು ಒಡ್ಡಿದಾಗ ಸಿಗುವುದು.

9. AMYLASE ENZYME-ಆಮೈಲೆಸ್ ಕಿಣ್ವದ ಕೆಲಸವೇನು?

   - ಪಿಸ್ಟವನ್ನು, ಮಾಲ್ಟೋಸ್ ಸಕ್ಕರೆ ಆಗಿ ಪರಿವರ್ತಿಸುವುದು

10. ಯಾಂತ್ರಿಕ ಶಕ್ತಿಯನ್ನು,ವಿದ್ಯುತ್ ಶಕ್ತಿ ಮಾಡಲು ಯಾವ ಯಂತ್ರ ಉಪಯೋಗಿಸಬೇಕು?

    - DYNOMO -ಡೈನಾಮೋ.

11. ವಿದ್ಯುತ್ ಶಕ್ತಿ ತಯಾರು ಮಾಡಲು ಯಾವ ಯಂತ್ರ ಉಪಯೋಗಿಸಬೇಕು?

    - ಜನರೇಟರ್ -(GENERATOR).

12. ವಿದ್ಯುತ್ ಶಕ್ತಿಯನ್ನು, ಯಾಂತ್ರಿಕ ಶಕ್ತಿ ಮಾಡಲು ಯಾವ ಸಾಧನ ಉಪಯೋಗಿಸಬೇಕು?

    - MOTOR, ಮೋಟಾರ್.

13. ಸೋಪನ್ನು ತಯಾರಿಸಲು ಉಪಯೋಗಿಸುವ ಮಿಶ್ರಣ ರಾಸಾಯನಿಕ ಯಾವುದು? -

    - FAT + SODIUM HIDROXIDE- ಕೊಬ್ಬು + ಸೋಡಿಯಮ್ ಹೈಡ್ರಾಕ್ಸೈಡ್

14. ನೀರಿನ ಸಂಧ್ರತೆ (ಡೆನ್ಸಿಟೀ) ಹೆಚ್ಚು ಇರುವ ಸಿಂಟಿಗ್ರೇಡ್ ಡಿಗ್ರಿ ಎಸ್ಟು?

    - 4 ಡಿಗ್ರಿ ಸಿಂಟಿಗ್ರೇಡ್.

15. ಕೃತಕ (ARTIFICIAL) ಮಳೆಗೆ ಮೋಡಗಲಮೇಲೆ ಯಾವ ರಾಸಾಯನಿಕವನ್ನು ಹಾಕುವರು?

    - ಸಿಲ್ವರ್ ಆಯೋಡೈಡ್.

16. BCG ಲಸಿಕೆಯನ್ನು ಯಾವ ರೋಗದ ರಕ್ಷಣೆಗೆ ಹಾಕುತ್ತಾರೆ?

    - ಕ್ಷಯ ರೋಗ (TUBERCULOSIS) ರೋಗದ ರಕ್ಷಣೆಗೆ.

17. ಕೋ-ವ್ಯಾಕ್ಸಿನ್ ಲಸಿಕೆಯನ್ನು ಯಾವ ರೋಗದ ರಕ್ಷಣೆಗೆ ಹಾಕುತ್ತಾರೆ?

    – ಕೋ-ವಿಡ್ ರೋಗದ ರಕ್ಷಣೆಗೆ.

18. ACAM 2000 IS A ವ್ಯಾಕ್ಸಿನ್, ಇದನ್ನು ಯಾವರೋಗದ ರಕ್ಷಣೆಗೆ ಹಾಕುತ್ತಾರೆ?

    – ACAM 2000 ವ್ಯಾಕ್ಸಿನ್ SMALL POX ಸಿಡುಬು ರೋಗದ ರಕ್ಷಣೆಗೆ.

19. ಮರಗಳ ಕೊಂಬೆಗಳಿಗೆ ಜೋತು ಹಾಕಿ ವಾಸಮಾಡುವ ಸಸ್ತನಿ ಯಾವುದು?

    – ಬಾವಲಿ/BAT/ಜೋಲುಬಾಲದ ಹಕ್ಕಿ.

20. ಮಾನವನ ಕಣ್ಣಿನಲ್ಲಿರುವ ಪದರಗಳು ಯಾವುವು?

    – ಸ್ಕ್ಲೀರ, (ಹೊರಪದರ), ಕೋರಾಎಡ್ (ಮಧ್ಯದ ಪದರ), ರೆಟಿನ (ಒಳಪದರ).

21. ನಮ್ಮರಕ್ತದಲ್ಲಿ ರೋಗಾಣುಗಳ ಪ್ರತಿನಿರೋಧಕವನ್ನು ಉತ್ಪಾದಿಸುವುದು ಯಾವುದು? –

    – ಈಸಿನೋಫಿಲ್ (EOSINIPHIL).

22. COVID-19 ಇದರ ಪೂರ್ತಿ ಹೆಸರೇನು?

    – ಕೋರನ ವೈರಸ್ ಡಿಸಿಸ್ 19.

23. SARS-COV-2 ಪೂರ್ತಿ ಹೆಸರೇನು?

    – SEVERE ACUTE RESPIRATORYSYNDROMECORONAVIRUS-2.

24. OMICRON ಏನು? –

    – ಇದು SARS-COV-2, ಎಂಬ ವೈರಸ್ ನ ರೂಪಾಂತರಿ.

ಇತ್ತೀಚಿನ ಪಠ್ಯ ಪುಸ್ತಕಗಳಲ್ಲಿ ಕೆಲವು ಹೊಸ ವಿಷಯಗಳನ್ನು ಕೊಟ್ಟಿರುತ್ತಾರೆ, ಕೆಲವರಿಗೆ ಆ ವಿಷಯಗಳನ್ನು ತಿಳಿಸುವುದಕ್ಕೆ ಈ ಕೈಪಿಡಿ ಪ್ರಯತ್ನ. ವಿಷಯಗಳನ್ನು ಸಂಗ್ರಹಿಸಿ ಕೊಡಲಾಗಿದೆ, ಹೆಚ್ಚು ವಿಷಯಗಳನ್ನು ತಿಳಿಯಲು GOOGLE ಮಾಡಿ ತಿಳಿಯಬೇಕು.

YOU TUBE ನ್ನು ನೋಡಿ, ಕೇಳಿ, ಕಲಿಯಲು ಪ್ರಯತ್ನಮಾಡಿ. ಜ್ಞಾಪಕಕ್ಕೆ ಬರಬೇಕಾದರೆ ಹೆಚ್ಚುನೋಡಿ, ಕೇಳಿ, ಪ್ರಯತ್ನಮಾಡಿ.

ಸಾಮಾನ್ಯ ಜ್ಞಾನ- ONE Q AND ONE A

1. ಕಂಪ್ಯೂಟಾರ್ ಚಿಪ್ಸ್ ನಲ್ಲಿ ಬಳೆಸುವ ಮೂಲ ವಸ್ತು?

   – ಸಿಲಿಕಾನ್

2. ವಾಹನ ಗಳಿಂದ ಬರುವ ಹೊಗೆಯ ಯಾವ ವಸ್ತು ವಾಯು ಮಾಲಿನ್ಯ ಮಾಡುವುದು?

   – ಕಾರ್ಬನ್ ಮೋನಾಕ್ಸೈಡ್.

3. ಆರ್ಯಭಟ ಒಂದು ಕೃತಕ ಉಪಗ್ರಹ- ಇದು ಭೂ ಕಕ್ಷೆಯನ್ನು ಯಾವಾಗ ಪ್ರವೇಶಿಸಿತು?

    – 1975.

4. ಮೆದುಳಿನ ದೊಡ್ಡ ಭಾಗ ಯಾವುದು?

    – ಮುಮ್ಮೆದುಳು (CEREBRUM)

5. ಕಾಂಪ್ಯೂಟರ್ ಗಳಿಂದ ದತ್ತಾಂಶವನ್ನು ಬೇರೆ ಕಡೆಗೆ wireless ಮೂಲಕ ಕಳುಹಿಸಲು ಯಾವ ಸಾಧನ ಬೇಕು?

    – ಮೋಡೆಮ್-(MODEM)

6. ಈ ಶತಮಾನದ ತಂತ್ರಜ್ಞಾನ ಯಾವುದು?

    – ಮಾಹಿತಿ ತಂತ್ರಜ್ಞಾನ. (DATA SCIENCE)

7. Insulin ಕೆಲಸ ಮಾಡದಿದ್ದಾಗ ಮಾನವರಿಗೆ ಬರುವ ಸಮಸ್ಯೆ ಯಾವುದು?

    – ಡಯಬೀಟಿಸ್. (ಸಕ್ಕರೆ ರೋಗ)

8. ಆಹಾರದಲ್ಲಿ ಇರುವ ಇರುವ ಘಟಕಗಳಲ್ಲಿ ಹೆಚ್ಚು ಶಕ್ತಿ ಕೊಡುವ ವಸ್ತು ಯಾವುದು?

    – carbohydrate- ಶಕ್ಕರ - ಪಿಷ್ಟ

9. ಹಣ್ಣುಗಳನ್ನು ಕೃತಕವಾಗಿ ಪಕ್ವ ಗೊಳಿಸಲು ಯಾವ ವಸ್ತು ಬೇಕು?

    – ಏತಿಲೀನ್ (Ethylene)

10. ರಿಕೆಟ್ಸ್ ಎಂಬ ಮಕ್ಕಳ ಮೂಳೆಗೆ ಸಂಭಂದಿಸಿದ ಅನಾರೋಗ್ಯ ಯಾವ ವಿಟಮಿನ್ ಕೊರತೆಯಿಂದ ಆಗುವುದು?

    – ವಿಟಮಿನ್- D.

11. ಸ್ಕರ್ವಿ ಎಂಬುದು ವಿಟಮಿನ್ C ಕೊರತೆಯಿಂದ ಆಗುವುದು, ಲಕ್ಷಣಗಳೇನು? - ವಸಡು (GUMS) ಯಲ್ಲಿ ರಕ್ತ ಬರುವುದು.

12. ರಾತ್ರಿ ಅಂಧತೆ (NIGHT BLINDNESS) ಎಂಬ ಕಣ್ಣಿನ retina ಸಮಸ್ಯೆ, ಬೆಳಕು ಕಡಿಮೆಯಲ್ಲಿ ಸರಿಯಾಗಿ ಕಾಣುವುದಿಲ್ಲ, ಇದಕ್ಕೆ ಕಾರಣ, ಯಾವ ವಿಟಮಿನ್ ಕೊರತೆ?

    – ಕಾರಣ ವಿಟಮಿನ್ A ಕೊರತೆ

13. ನೀರಿನಲ್ಲಿ ಇರುವ ನಾಣ್ಯ ಮೇಲೆ ಬಂದಂತೆ ಕಾಣುವುದಕ್ಕೆ ಕಾರಣವೇನು?

    – ಬೆಳಕಿನ ವಕ್ರಿಭವನ.

14. ದಂತ ವೈದ್ಯರು ಬಳಸುವ ಕನ್ನಡಿ ಯಾವುದು?

    – ನಿಮ್ನ ದರ್ಪಣ. (Concave mirror image is large and bright).

15. ಅಗ್ನಿ ಶಾಮಕ ಉಪಕರಣದಲ್ಲಿ ಯಾವ ಅನಿಲ ಬಳಸುವರು? - ಇಂಗಾಲದ ಡೈ ಆಕ್ಸೈಡ್ (Carbon di Oxide - CO2)

16. ಹಿಮೋಗ್ಲಾಬಿನ್ ಮಾಡುವ ಪ್ರಮುಖ ಕಾರ್ಯ ಯಾವುದು?

    - ಆಮ್ಲಜನಕ ಸಾಗಾಣಿಕೆ - transport of oxygen.

17. ಯಾವ ರಕ್ತದ ಗುಂಪಿನವರು ಸಾರ್ವತ್ರಿಕ ದಾನಿ -Universal Donor ಆಗುವರು?

    - O Group.

18. AB ರಕ್ತದ ಗುಂಪಿನವವರು ಯಾವ ರೀತಿಯ ರಕ್ತವನ್ನು ಪಡೆಯಬಹುದು?

    - ಎಲ್ಲಾ ರೀತಿಯ, AB, O, A, B. ರಕ್ತ.

19. ತಟಸ್ಥ ಆಮ್ಲಜನಕದ ಪರಮಾಣುವಿನಲ್ಲಿ 8 ಎಲೆಕ್ಟ್ರಾನ್ ಇದ್ದರೆ, ಪ್ರೋಟಾನ್ ಎಷ್ಟು ಇರುವುವು?

    - ತಟಸ್ಥ ಪರಮಾಣುವಿನಲ್ಲಿ 8 ಪ್ರೋಟಾನ್ ಇರುವುವು.

20. ತಾಮ್ರದ atomic number -ಪರಮಾಣು ಸಂಖ್ಯೆ ಎಷ್ಟು?

    - 29, ತಾಮ್ರದ atomic number -ಪರಮಾಣು ಸಂಖ್ಯೆ.

21. ಹಗುರವಾದ ಅನಿಲ ಯಾವುದು? - ಜಲಜನಕ.

10. ಸಾಮಾನ್ಯ ಜ್ಞಾನ- ವಿಜ್ಞಾನದ ಕೆಲವು ಪ್ರಶ್ನೆಗಳು

1. ಕಾಫಿ ಮತ್ತು ಟೀ ಬಿಸಿ ಪಾನೀಯಗಳಲ್ಲಿ ಪ್ರಚೋದಕ (STIMULANT) ಯಾವುದು?

   A. ನಿಕೋಟಿನ್. B. ಕೆಫೀನ್. C. ಟ್ಯಾನಿನ್. D. ರೆನಿನ್.

2. ವಾಹನಗಳ ಹಿನ್ನೋಟಕ್ಕೆ(REAR VIEW) ಯಾವ ದರ್ಪಣ(MIRROR) ಬೇಕು?

   A. ನಿಮ್ಮ ಮಸೂರ. B. ನಿಮ್ಮ ದರ್ಪಣ. C. ಪೀನ ಮಸೂರ.D. ಪೀನ ದರ್ಪಣ. ಪೀನ ಕನ್ನಡಿ (ದರ್ಪಣ)

   CONVEX MIRROR FORMS VIRTUAL, ERRECT, AND DIMINISHED IMAGES OF ALL OBJECTS, WHICH ARE BEHIND THE CAR DRIVER.

3. ಅಸ್ಕೋರ್ಬಿಕ್ ಆಮ್ಲ (ASCORBIC ACID) ಏನೆಂದು ಕರೆಯುವರು?

   A. ವಿಟಮಿನ್ "C". B. ವಿಟಮಿನ್ "D". C. ವಿಟಮಿನ್ "A". D. ವಿಟಮಿನ್ "B"

4. ಅಸ್ಕೋರ್ಬಿಕ್ಆಮ್ಲ (ASCORBIC ACID) ಪ್ರಕೃತಿಯಯಾವ ಹಣ್ಣಿನಲ್ಲಿ ಜಾಸ್ತಿ ಸಿಗುವುದು?

   A. ಪೊಪಾಯ. B. ನಿಂಬೆ. C.ಹುಣಸೆ. D. ದ್ರಾಕ್ಷಿ.

5. ಭಾರತದ ಸೂಪರ್ ಸೋನಿಕ್ (SUPER SONIC) ಕ್ರೂಸ್ ಅಸ್ತ್ರ ಯಾವುದು?

   A. ಬ್ರಮ್ಹೋಸ್. B. ಜೆಟ್. C. ಅಗ್ನಿ. D. ಟಾರ್ಪೆಡೋ.

6. ಲಿಂಫೋಸ್ಯೆಟ್ ಕೋಶಗಳು-ಯಾವ ಅಂಗಾಶದಲ್ಲಿ ಉತ್ಪತ್ತಿ ಆಗುವುದು?

   A.ಯಕೃತ್. B. ಮೂಳೆ ಮಜ್ಜೆ C. ಮೆದೋಜೀರಕ. D. ಪ್ಲಾಸ್ಮ.

7. ಸೂರ್ಯ (ಬಿಳಿ) ಬೆಳಕು ಎಷ್ಟು ಬಣ್ಣಗಳ ಮಿಶ್ರಣ?

   A. ಒಂದು. B. ಮೂರು. C. ಏಳು. D. ಐದು. V I B G Y O R

8. ಪ್ರಕಾಶ ವರ್ಷ (LIGHT YEAR) ಯಾವುದನ್ನು ಅಳೆಯುವುದು?

   A.ಶಬ್ದ. B. ಶಕ್ತಿ. C. ದೂರ. D. ಬೆಳಕು.

9. ಸೌರ ಕೋಶ (SOLAR CELL) ವನ್ನು ಯಾವ ವಸ್ತುವಿನಿಂದ ಮಾಡುವರು?

   A. ಟೈಟೆನಿಯಮ್. B. ಸಿಲಿಕಾನ್. C. ಟಂಗ್ಸ್ಟನ್. D. ಕ್ರೋಮಿಯಮ್.

10. ಸಂಚಾರ ನಿಯಂತ್ರಣ ಮೊದಲಾದ ಡೇಂಜರ್(DANGER) ಸೂಚಿಸುವ ಕಡೆ ಕೆಂಪು ದೀಪ ಏಕೆ ಬಳಸುವರು?

    A.ಕಿರಣಗಳು ಬಹು ದೂರ ಚಲಿಸುವುವು. B. ಬಹಳ ಆಕರ್ಷಣೆ ಇದೆ.

    C. ಎಲ್ಲರಿಗೂ ಇಷ್ಟ. D. ದೂರ ದೃಷ್ಟಿಯವರು ನೋಡಬಹುದು.

ONE QUESTION ONE ANSWER.

1. ಹೈಗ್ರೋಮೀಟರ್ ನಿಂದ ಏನನ್ನು ಅಳೆಯಬಹುದು?

    - ತೇವಾಂಶ. ಬ್ಯಾರೋಮೀಟರ್ ನಿಂದ ಏನನ್ನು ಅಳೆಯಬಹುದು?

2. ಗಾಳಿಯ ಒತ್ತಡ. ಕ್ಲಿನಿಕಲ್ ಥರ್ಮಾಮೀಟರ್ ನಿಂದ ಏನನ್ನು ಅಳೆಯಬಹುದು?

    - ಮಾನವ ದೇಹದ ಉಷ್ಣಾಂಶ

3. ಬಾಕ್ಸೈಟ್ ಅದುರಿನಿಂದ ಯಾವ ಲೋಹ ಉತ್ಪಾದನೆ ಆಗುವುದು?

    - ಅಲ್ಯೂಮಿನಿಯಂ.

4. ಹಿಮಟೈಟ್ ಅದುರಿನಿಂದ ಯಾವ ಲೋಹ ಉತ್ಪಾದನೆ ಆಗುವುದು?

    - ಕಬ್ಬಿಣ.

5. ಬೆಳ್ಳಿ ಲೋಹವು ಬೇರೆ ಅದುರಿನ ಜೊತೆ ಇರುವುದು, ಮುಖ್ಯ ವಾದ ಅದಿರು ಯಾವುದು?

    - ಆರ್ಜನ್ಟೈಟ್.

6. ನಾವು ಉಸಿರಾಡುವ ಗಾಳಿಯಲ್ಲಿ ಇರುವ ಆಮ್ಲಜನಕದಪ್ರಮಾಣ?

    - ಸುಮಾರು 20 %.

7. ಮೀನುಗಳ ಉಸಿರಾಟಕ್ಕೆ ಇರುವ ಮುಖ್ಯಅಂಗಾಂಶ ಯಾವುದು?

    - ಗಿಲ್ ಎಂಬ ಭಾಗ. Gills.

8. ಪತ್ರ ರಂಧ್ರ (STOMATA) ದ ಕೆಲಸವೇನು?

    - ಅನಿಲ ವಿನಿಮಯ (CARBON di oxide and OXYGEN)

9. ಡೈನಾಮೈಟ್ ಕಂಡುಹಿಡಿದವರು ಯಾರು?

    - ಆಲ್ಫ್ರೆಡ್ ನೊಬೆಲ್.

10. ಮೊದಲ ಪರಮಾಣುಬಾಂಬ್ ವಿನ್ಯಾಸ ಯಾರುಮಾಡಿದರು?

    - ಹೋಮಿ ಬಾಬಾ

11. ಪ್ರಥಮ ಮಹಿಳಾ ಗಗನ ಯಾತ್ರಿ ಯಾರು?

   - ವೆಲೆಂಟೀನ ತೆರಿಶ್ಕೋವ.

12. ತಾಯಿ ಹಾಲಿನಲ್ಲಿ ಇರುವ ಸಿಹಿ ವಸ್ತು ಯಾವುದು? - ಲ್ಯಾಕ್ಟೋಸ್.

   11. ಪ್ರಪಂಚದಲ್ಲಿಪೂರ್ತಿಯಾಗಿ ನಿರ್ಮೂಲವಾಗಿರುವ ರೋಗ ಯಾವುದು? - ಪ್ಲೇಗು.

12. ಆಗ್ಮಾರ್ಕ್ ಎಂದರೇನು? - ಗುಣಮಟ್ಟ ದ್ರುಡಿಕರಿಸುವ ಮುದ್ರೆ.

13. ಜಿರಿಯನ್ನಾಲಜಿ (GERIONTOLOGY) ಯಾವುದಕ್ಕೆ ಸಂಬಂದಿಸಿದೆ? - ವಾಯಸ್ಸಾಗುವಿಕೆಗೆ.

14. ಪೇಲೇಯಂಟಾಲಜಿ (PALEONTOLOGY) ಯಾವುದಕ್ಕೆ ಸಂಬಂದಿಸಿದೆ?

   - ಫಳಿಯುಳಿಕೆ ಗಳ ಆದ್ಯಯನ.

15. ರೇಡಿಯಾಲಜಿ (RADIOLOGY) ಯಾವುದಕ್ಕೆ ಸಂಬಂದಿಸಿದೆ?

   - ಕ್ಷ ಕಿರಣಗಳ ಬಗ್ಗೆ. (STUDY OF X-RAYS)

16. ಬೆಳಕು ಅತಿ ಹೆಚ್ಚು ವೇಗದಲ್ಲಿ ಚಲಿಸುವ ಮಾಧ್ಯಮ ಯಾವುದು?

   - ಗಾಳಿ.

17. ಬೆಳಕು ಅತಿ ಕಡಿಮೆವೇಗದಲ್ಲಿ ಚಲಿಸುವ ಮಾಧ್ಯಮ ಯಾವುದು? - ಗಾಜು.

18. ವಜ್ರವು ಯಾವ ಮೂಲ ವಸ್ತುವಿನ ಭಿನ್ನರೂಪ? - ಇಂಗಾಲ.

20. ತಾಮ್ರ ಮತ್ತು ಸತುವಿನ ಮಿಶ್ರಣದಿಂದ ಬರುವ ಆಲಾಯ್ –alloy– ಯಾವುದು? - ಹಿತ್ತಾಳೆ –Brass.

21. ನೈಲಾನ್ ಯಾವ ವಸ್ತುವಿನಿಂದ ತಯಾರಾಗುವುದು? - ಕ್ಯಾಪ್ರೊಲ್ಯಾಕ್ಟಾಮ್.

22. ಪ್ಯಾರಾಚ್ಯೂಟ್ ನ್ನು ಯಾವ ವಸ್ತುವಿನಿಂದ ತಯಾರು ಮಾಡುತ್ತಾರೆ? -ನೈಲಾನ್

23. ಪಾಲಿಥಿನ್ ಯಾವ ವಸ್ತುವಿನಿಂದ ತಯಾರಾಗುವುದು?- ಎತಿಲೀನ್

24. ಎತಿಲೀನ್ ನನ್ನು ಯಾವುದಕ್ಕೆ ಬಳಸುತ್ತಾರೆ? -ಪ್ಯಾಕ್ಕಿಂಗ್

   Synthetic fibers are man-made fibers with several repeating units manufactured in laboratories or factories by various chemical processes using petroleum products, also known as petrochemicals as raw materials. Different types of synthetic fibers are nylon, rayon, acrylic, and polyester.

25. ಅಮೋನಿಯಮ್ ಡೈ ಕ್ರೋಮೇಟ್ ಕಾಯಿಸಿದಾಗ ಯಾವ ಸಂಯುಕ್ತ ಬಿಡುಗಡೆ ಆಗುವುದು?

   - CR2O3. ಅಮೋನಿಯಮ್

26. ನೈಟ್ರೇಟ್ ಕಾಯಿಸಿದಾಗ ಯಾವ ಸಂಯುಕ್ತ ಬಿಡುಗಡೆ ಆಗುವುದು? -ನೈಟ್ರೋಜನ್ ಡೈ ಆಕ್ಸೈಡ್.

27. ಸುಟ್ಟ ಸುಣ್ಣಕ್ಕೆ ನೀರನ್ನು ಸೇರಿಸಿದಾಗ ಯಾವ ವಸ್ತು ಬಿಡುಗಡೆ ಆಗುವುದು?

    -ಕ್ಯಾಲ್ಸಿಯಮ್ ಹೈಡ್ರಾಕ್ಸೈಡ್.

28. ಹೆಚ್ಚು ಇಂಧನ ಮೌಲ್ಯ ಇರುವ ವಸ್ತು ಯಾವುದು? -ಜಲಜನಕ

29. ಬೇಕರಿ ಉತ್ಪನ್ನಗಳಲ್ಲಿ ಉಪಯೋಗಿಸುವ ಸೂಕ್ಷ್ಮ ಜೀವಿ ಯಾವುದು? -ಈಸ್ಟ್

30. ಡಿ.ಎನ್.ಏ ದಲ್ಲಿ ಇರುವ ಮೂಲವಸ್ತು ಯಾವುದು? - ನ್ಯೂಕ್ಲಿಯೋಟೈಡ್ಸ್

31. ಹೀಲಿಯಂ(He) ಪರಮಾಣುವಿನಲ್ಲಿ ಎಷ್ಟು ಎಲಕ್ಟ್ರಾನ್ ಇರುವುದು? - 2 e.

32. ಹೈಡ್ರೋಜನ್ (H)ಪರಮಾಣುವಿನಲ್ಲಿ ಎಷ್ಟುಎಲಕ್ಟ್ರಾನ್ಇರುವುದು? –1 e.

33. ಸೋಡಿಯಂ(Na) ಪರಮಾಣುವಿನಲ್ಲಿ ಎಷ್ಟುಎಲಕ್ಟ್ರಾನ್ ಇರುವುದು? – 11 e.

34. ಆಲ್ಟಿಮೀಟರ್ ನ ಉಪಯೋಗವೇನು? - ಎತ್ತರ ಅಳೆಯಲು ಉಪಯೋಗ.

35. ದೂರದರ್ಶಕದ ಉಪಯೋಗವೇನು?-ದೂರದ ವಸ್ತುಗಳನ್ನು ನೋಡುವುದು.

36. ಸೂಕ್ಷ್ಮದರ್ಶಿಯ ಉಪಯೋಗವೇನು? -ಕಣ್ಣಿಗ ಗೋಚರವಾಗದ ವಸ್ತುಗಳ ಪರೀಕ್ಷೆ.

37. ಪಾಲಿಗ್ರಾಫ್ ಯಾವುದಕ್ಕೆ ಉಪಯೋಗ? -ಸುಳ್ಳು ಹೇಳುವುದನ್ನು ಪತ್ತೆ ಮಾಡಲು ಉಪಯೋಗ.

38. ಹೈಗ್ರೋ ಮೀಟರ್ ನ ಉಪಯೋಗವೇನು? -ಗಾಳಿಯಲ್ಲಿರುವ ತೇವಾಂಶ ಅಳೆಯಲುಉಪಯೋಗ

39. ಹೈಡ್ರೋ ಮೀಟರ್ ನ ಉಪಯೋಗವೇನು? -ಸಾಪೇಕ್ಷ ಸಾಂದ್ರತೆ ಅಳೆಯಲು (Specific gravity is measured)

40. ಲ್ಯಾಕ್ಟೋ ಮೀಟರ್ ನ ಉಪಯೋಗವೇನು? - ಶುದ್ಧ ಹಾಲಿನ ಪರೀಕ್ಷೆಗೆ ಉಪಯೋಗ

41. ಬೆಳಕು ಅತಿ ಹೆಚ್ಚು ವೇಗದಲ್ಲಿ ಚಲಿಸುವ ಮಾಧ್ಯಮ ಯಾವುದು?- ಗಾಳಿ. ಬೆಳಕು

42. ಅತಿ ಕಡಿಮೆವೇಗದಲ್ಲಿ ಚಲಿಸುವ ಮಾಧ್ಯಮ ಯಾವುದು? - ಗಾಜು.

43. ವಜ್ರವು ಯಾವ ಮೂಲ ವಸ್ತುವಿನ ಭಿನ್ನರೂಪ? - ಇಂಗಾಲ.

44. ತಾಮ್ರ ಮತ್ತು ಸತುವಿನ ಮಿಶ್ರಣದಿಂದ ಬರುವ ಆಲಾಯ್ -alloy- ಯಾವುದು? - ಹಿತ್ತಾಳೆ -Brass.

45.   ತಾಮ್ರದ ಪರಮಾಣು ಸಂಖ್ಯೆ ಎಷ್ಟು? -29

46.   ಜಲಜನಕದ ಪರಮಾಣು ಸಂಖ್ಯೆ ಎಷ್ಟು? 1

47. ಸೋಡಿಯಮ್ ನ ಪರಮಾಣು ಸಂಖ್ಯೆ ಎಷ್ಟು? 11

Atomic number represents the number of protons in the nucleus which in a neutral atom equals the number of electrons outside the nucleus and that determines the place of the element in the periodic table.

(PERIODIC TABLE OF ELEMENTSಮೂಲ ವಸ್ತುಗಳ ಪಟ್ಟಿ See in your text book.)

ನಿಮ್ಮ ಉತ್ತರವೂ ಪ್ರಶ್ನೆಗೆ ಸರಿಯಾಗಿ ಅಂಕಗಳು ಸಿಗಬೇಕಾದರೆ, CONTENT-ವಿಷಯ ಸರಿಯಾಗಿ ಇರಬೇಕು. ಅನೇಕ ಸಾರಿ ಓದಿದ ಮೇಲೆ ವಿಷಯ –CONTENT, ಮನದಟ್ಟವಾಗುವುದು, ಜ್ಞಾಪಕಕ್ಕೆ ಬರುವುದು. ಇದರಲ್ಲಿ ಯಾವ technique ಇರುವುದಿಲ್ಲ. MCQ ಆಗಿರಲಿ ಅಥವಾ ಬೇರೆ ರೂಪದ ಪ್ರಶ್ನೆ ಆಗಿರಲಿ MEMORY ಯಲ್ಲಿ ಇದ್ದರೆ ಮಾತ್ರ ಉತ್ತರ ಸರಿಯಾಗಿರುವುದು. ಊಹೆ, ಉತ್ತರ negative ಆದಾಗ ಅಂಕ ಹೋಗುವುದು.

ಎಲ್ಲರಿಗೂ ತಿಳಿದಿರಲಿ, ನಿಮ್ಮ – memory, reading and practice gives marks.

ವಿಜ್ಞಾನದ ಕೆಲವು ಪ್ರಶ್ನೆಗಳು MCQS-ಸಾಮಾನ್ಯ ಜ್ಞಾನ.

1. ದಾಸವಾಳದ ಹೂವಿನ ಬಣ್ಣ ಯಾವುದು?

    A.ವಿವಿದ ಬಣ್ಣ B. ಕೆಂಪು ಬಣ್ಣ.C. ಬಿಳಿ ಬಣ್ಣ. D.ಹಳದಿ ಬಣ್ಣ.

2. ಸಾಸುವೆ ಹೂವಿನ ಬಣ್ಣ ಯಾವುದು?

    A.ವಿವಿದ ಬಣ್ಣ B. ಕೆಂಪು ಬಣ್ಣ. C. ಬಿಳಿ ಬಣ್ಣ. D.ಹಳದಿ ಬಣ್ಣ.

3. ಹೂವು, ಹಣ್ಣು ಮತ್ತು ಎಲೆಗಳ ಬಣ್ಣಕ್ಕೆ ಯಾವುದು ಕಾರಣ?

4. Color of fruits, flowers and leaves is due to which pigments in plants.?

    – Chlorophyll pigment is green and due to this pigment plant colour is green, this pigment reflect   green color from light. Carotenoids and Anthocyanins are red and yellow pigments, these pigments give colours to fruits and flowers.

5. ನಿಂಬೆ ಹೂವಿನ ಬಣ್ಣ ಯಾವುದು?

    A.ಬಿಳಿ. ಬಿ.ಕೆಂಪು. C. ಹಳದಿ. D.ತಿಳಿ ಹಳದಿ.

6. ಕೆಳಗಿನ ಯಾವ ಸಸ್ಯಕ್ಕೆ ಬೀಜ ಬೇಕಾಗಿಲ್ಲ?

    A. ಪೊಪಾಯಿ. B. ಕಿತ್ತಳೆ. C. ಕಾಫಿ. D. ಬಾಳೆ.

7. ಈ ಕೇಳಿಗಿನ ಸಸ್ಯಗಳಲ್ಲಿ ಯಾವುದು ಏಕದಳ ಸಸ್ಯ?

    A. ಹುರುಳಿ. B.ಕಡಲೆ. C. ತೆಂಗು. D. ಹೆಸರು.

8. ಮಾನವನ ಶರೀರದಲ್ಲಿ ಖೋಲೆಸ್ಟ್ರಾಲ್ ಯಾವ ಅಂಗಾಂಶದಲ್ಲಿ ಇರುವುದು?

    A. ರಕ್ತದಲ್ಲಿ. B. ಪಿತ್ತರಸದಲ್ಲಿ. C. ಲಾಲಾರಸದಲ್ಲಿ. D. ಎಂಜ್ಯೈಗಳಲ್ಲಿ.

9. ಗೋದಿ, ಭತ್ತ, ರಾಗಿ,ಮೆಕ್ಕೆಜೋಳ ಇವುಗಳಲ್ಲಿ ಹೂವಿನ ರಚನೆ ತಿಳಿಸಿ? ತಿಳಿ ಗುಲಾಬಿ ಬಣ್ಣ,

    ಚಿಕ್ಕದಾದ ಹೂವು ದಳಗಳ ಸಂಖ್ಯೆ 3 or multiples of 3

(ಗೊತ್ತಿರಲಿ)

ಸಸ್ಯಗಳು– ಏಕದಳ ಅಥವಾ ದ್ವಿದಳ ಇರಬಹುದು.

ಸಾಸುವೆ,ದಾಸವಾಳ ,ಕಾಳುಗಳು,ಆಲ,ಮಾವು, ದ್ರಾಕ್ಷಿ, ದ್ವಿದಳ ಸಸ್ಯಗಳು

ಗೋದಿ, ಭತ್ತ, ರಾಗಿ,ಮೆಕ್ಕೆಜೋಳ,ಬಾಳೆ,ಗೋಡಂಬಿ ಏಕದಳ ಸಸ್ಯಗಳು.

ದ್ವಿದಳ ಸಸ್ಯಗಳಲ್ಲಿ ತಾಯಿ ಬೇರು(TAP ROOT), ಏಕದಳ ಸಸ್ಯಗಳಲ್ಲಿ ನಾರು (FIBROUS) ಬೇರು ಇರುವುದು, ಬೀಜಗಳಲ್ಲಿ,ಕಾಂಡಗಳಲ್ಲಿ ವ್ಯತ್ಯಾಸ ಇರುವುದು.

ಹಸಿರು ಕ್ರಾಂತಿ GREEN REVOLUTION - ಆಹಾರ ಉತ್ಪಾದನೆ ಕ್ರಾಂತಿ ಡಾಕ್ಟರ್. ಸ್ವಾಮಿನಾಥನ್

ಬಿಳಿ ಕ್ರಾಂತಿ- WHITE REVOLUTION - ಹಾಲಿನ ಉತ್ಪಾದನೆ ಕ್ರಾಂತಿ ಡಾಕ್ಟರ್ ಜಾರ್ಜ ಕುರಿಯನ್

ಹಳದಿ ಕ್ರಾಂತಿ -YELLOW REVOLUTION - ಎಣ್ಣೆ ಬೀಜಗಳ ಉತ್ಪಾದನೆ ಕ್ರಾಂತಿ ಡಾಕ್ಟರ್. ಶ್ಯಾಮ್ ಪಿಟ್ರೋಡಿಯ

ನೀಲಿ ಕ್ರಾಂತಿ - BLUE REVOLUTION –ಮಿನುಗಳ ಉತ್ಪಾದನೆ ಕ್ರಾಂತಿ, ಡಾಕ್ಟರ್. ಹಿರಾಲಾಲ್ ಚೌಧುರಿ-ಅರುಣ್ ಕೃಷ್ಣನ್.

ಕಪ್ಪು ಕ್ರಾಂತಿ-BLACK REVOLUTION - ಪೆಟ್ರೋಲಿಯಂ ಉತ್ಪಾದನೆ ಕ್ರಾಂತಿ Government of India initiated.

ಗುಲಾಬಿ ಕ್ರಾಂತಿ -- PINK REVOLUTION - Meat ಉತ್ಪಾದನೆ ಕ್ರಾಂತಿ ದುರ್ಗೇಶ್ ಪಟೇಲ್

ONE Q AND ONE A DIFFERENT TOPICS -ಸಾಮಾನ್ಯ ಜ್ಞಾನ.

1. ಪರಿಸರದಿನ ಆಚರಿಸುವ ದಿನಾಂಕ? – ಜೂನ್ 5 ನೇ ತಾರೀಕು.

2. ಭಾರತದ ಸ್ಯೆನಕರ ದಿನಾಚರಣೆ ದಿನಾಂಕ? – ಜನವರಿ 15 ನೇ ತಾರೀಕು.

3. ಭಾರತದ ಆಗಸ್ಟ್ 9 ಯಾವ ದಿನಾಚರಣೆ? – ಕ್ವಿಟ್ India ದಿನ.

4. ವಿಶ್ವ Red Cross ದಿನಾಚರಣೆಯ ತಾರೀಕು? – May 8 ಪ್ರತಿವರ್ಷ.

5. ಕಾರ್ಮಿಕರ ದಿನಾಚರಣೆಯ ತಾರೀಕು? – May 1 ದಿನಾಚರಣೆಯ ತಾರೀಕು.

6. ಯಾವ ಕಾಣಾಂಗ cell organelle-ಶಕ್ತಿ ಬಿಡುಗಡೆ ಕ್ರಿಯೆ ಮಾಡುವುದು? – ಮೈಟೊಖಾಂದ್ರಿಯ.

7. ಆರ್ ಎನ್ ಏ (RNA} ಗಳಲ್ಲಿ ಯಾವ nitrogenous base ಇರುವುದಿಲ್ಲ? – THYMINE- ಥೈಮೀನ್.

8. Double Helix –ಎರಡು ಸುರುಳಿ- ಡಿ ಎನ್ ಏ (DNA) ಮಾದರಿ ಸೂಚಿಸಿದ ವಿಜ್ಞಾನಿಗಳು?

    - Watson ಮತ್ತು Crick.

9. DNA/RNA ಗಳ nitrogenous base ಬದಲಾವಣೆ ಆದರೆ, ಬರುವ ವ್ಯೆರಸ್ ಗಳನ್ನು ಏನೆಂದು ಕರೆಯುವರು? – ರೂಪಾಂತರಿ ಜೀವಿ -mutated organism.

10. ಸುಂದರ್ ಬನ ರಾಷ್ಟೀಯ ಉದ್ಯಾನ ವನ ಯಾವ ರಾಜ್ಯದಲ್ಲಿದೆ? –ಪಶ್ಚಿಮ ಬಂಗಾಳ.

11. ಕಾಜಿ ರಂಗ ಉದ್ಯಾನ ವನ ಯಾವ ರಾಜ್ಯದಲ್ಲಿದೆ? - ಅಸ್ಸಾಂ.

12. ಬಂಡೀಪುರ ಉದ್ಯಾನ ವನ ಯಾವ ರಾಜ್ಯದಲ್ಲಿದೆ? - ಕರ್ನಾಟಕ.

13. ಅಲೆಕ್ಸಾಂಡರ್ ಗ್ರಾಹಮ್‌ಬೆಲ್ ಕಂಡುಹಿಡದ ಉಪಕರಣ ಯಾವುದು?. - ಟೆಲಿಫೋನ್.

14. Charles Burbage ಎನನ್ನು ಕಂಡುಹಿಡಿದರು? - ಮೊದಲನೆಯ ಕಂಪ್ಯೂಟರ್.

15. Sir J. C. Bose ರವರ ಪ್ರಮುಖ ಜೀವ ವಿಜ್ಞಾನದ ಕೊಡುಗೆ ಏನು? - ಸಸ್ಯಗಳಿಗೆ ಜೀವ ಇರುವುದು ಎಂಬ ವಾದ.

16. ವಾಶಿಂಗ್ ಸೋಡಾದ ರಾಸಾಯನಿಕ ಹೆಸರು ಏನು? - ಸೋಡಿಯಂ ಹೈಡ್ರಾಕ್ಸೈಡ್.

17. ಅಡುಗೆ ಸೋಡಾದ ರಾಸಾಯನಿಕ ಹೆಸರು ಏನು? - ಸೋಡಿಯಮ್ ಬೈ ಕಾರ್ಬೋನೇಟ್.

18. ಅಡುಗೆ ಉಪ್ಪು ರಾಸಾಯನಿಕ ಹೆಸರು ಏನು? - ಸೋಡಿಯಮ್ ಕ್ಲೋರೈಡ್.

19. ಜಠರ ರಸದಲ್ಲಿ ಯಾವ ಕಿಣ್ವ- enzyme- ಇರುವುದು? - ಪೆಪ್ಸಿನ್ ಮತ್ತು ರೆನಿನ್.

20. ಲಾಲಾ ರಸದಲ್ಲಿ salivary juice-ಯಾವ ಕಿಣ್ವ- enzyme- ಇರುವುದು? - salivary ಅಮ್ಮೈಲೆಸ್.

21. ವಿಲ್ಲೆಗಳು ಜೀರ್ಣಾಂಗದ ಯಾವ ಭಾಗದಲ್ಲಿವೆ? - ವಿಲ್ಲೆಗಳು ಸಣ್ಣ ಕರುಳಿನಲ್ಲಿ.

22. ಕಂಪ್ಯೂಟಾರ್ ಚಿಪ್ಸ್ ನಲ್ಲಿ ಬಳೆಸುವ ಮೂಲ ವಸ್ತು? - ಸಿಲಿಕಾನ್

33. ವಾಹನ ಗಳಿಂದ ಬರುವ ಹೊಗೆಯ ಯಾವ ವಸ್ತು ವಾಯು ಮಾಲಿನ್ಯ ಮಾಡುವುದು? - ಕಾರ್ಬನ್ ಮೋನಾಕ್ಸೈಡ್.

34. ಆರ್ಯಭಟ ಒಂದು ಕೃತಕ ಉಪಗ್ರಹ- ಇದು ಭೂ ಕಕ್ಷೆಯನ್ನು ಯಾವಾಗ ಪ್ರವೇಶಿಸಿತು? - 1975.

35. ಮೆದುಳಿನ ದೊಡ್ಡ ಭಾಗ ಯಾವುದು? - ಮುಮ್ಮೆದುಳು (CEREBRUM)

36. ಕಾಂಪ್ಯೂಟರ್ ಗಳಿಂದ ದತ್ತಾಂಶವನ್ನು ಬೇರೆ ಕಡೆಗೆ wireless ಮೂಲಕಕಳುಹಿಸಲು ಯಾವ ಸಾಧನ ಬೇಕು?- ಮೋಡೆಮ್- (MODEM)

37. ಈ ಶತಮಾನದ ತಂತ್ರಜ್ಞಾನ ಯಾವುದು? - ಮಾಹಿತಿ ತಂತ್ರಜ್ಞಾನ.(DATA SCIENCE)

38. Insulin ಕೆಲಸ ಮಾಡದಿದ್ದಾಗ ಮಾನವರಿಗೆ ಬರುವ ಸಮಸ್ಯೆ ಯಾವುದು?

    - ಡಯಬೀಟಿಸ್.(ಸಕ್ಕರೆ ರೂಗ)

39. ಆಹಾರದಲ್ಲಿ ಇರುವ ಇರುವ ಘಟಕಗಳಲ್ಲಿ ಹೆಚ್ಚು ಶಕ್ತಿ ಕೊಡುವ ವಸ್ತು ಯಾವುದು?

    - carbohydrate- ಶಕ್ಕರ - ಪಿಷ್ಟ

40. ಹಣ್ಣುಗಳನ್ನು ಕೃತಕವಾಗಿ ಪಕ್ವ ಗೊಳಿಸಲು ಯಾವ ವಸ್ತು ಬೇಕು? - ಏತಿಲೀನ್ (Ethylene)

41. ರಿಕೆಟ್ಸ್ ಎಂಬ ಮಕ್ಕಳ ಮೂಳೆಗೆ ಸಂಭಂದಿಸಿದ ಅನಾರೋಗ್ಯ ಯಾವ ವಿಟಮಿನ್ ಕೊರತೆಯಿಂದ ಆಗುವುದು? - ವಿಟಮಿನ್- D.

42. ಸ್ಕರ್ವಿ ಎಂಬುದು ವಿಟಮಿನ್ C ಕೊರತೆಯಿಂದ ಆಗುವುದು, ಲಕ್ಷಣಗಳೇನು?

    - ವಸಡು (GUMS) ಯಲ್ಲಿ ರಕ್ತ ಬರುವುದು.

43. ರಾತ್ರಿ ಅಂಧತೆ (NIGHT BLINDNESS) ಎಂಬ ಕಣ್ಣಿನ retina ಸಮಸ್ಯೆ, ಬೆಳಕು ಕಡಿಮೆಯಲ್ಲಿ ಸರಿಯಾಗಿ ಕಾಣುವುದಿಲ್ಲ, ಇದಕ್ಕೆ ಕಾರಣ, ಯಾವ ವಿಟಮಿನ್ ಕೊರತೆ?

    - ಕಾರಣ ವಿಟಮಿನ್ A ಕೊರತೆ.

44. ನೀರಿನಲ್ಲಿ ಇರುವ ನಾಣ್ಯ ಮೇಲೆ ಬಂದಂತೆ ಕಾಣುವುದಕ್ಕೆ ಕಾರಣವೇನು? - ಬೆಳಕಿನ ವಕ್ರಿಬವನ.

45. ದಂತ ವೈದ್ಯರು ಬಳಸುವ ಕನ್ನಡಿ ಯಾವುದು? - ನಿಮ್ನ ದರ್ಪಣ. (Concave mirror image is large and bright).

46. ಅಗ್ನಿ ಶಾಮಕ ಉಪಕರಣದಲ್ಲಿ ಯಾವ ಅನಿಲ ಬಳಸುವರು?- ಇಂಗಾಲದ ಡೈ ಆಕ್ಸೈಡ್ (CARBON DI OXIDE - CO2)

47. ಹಿಮೋಗ್ಲಾಬಿನ್ ಮಾಡುವ ಪ್ರಮುಖ ಕಾರ್ಯ ಯಾವುದು? - ಆಮ್ಲಜನಕ ಸಾಗಾಣಿಕೆ- TRANSPORT OF OXYGEN.

48. ಯಾವ ರಕ್ತದ ಗುಂಪಿನವರು ಸಾರ್ವತ್ರಿಕ ದಾನಿ UNIVERSAL DONOR ಆಗುವರು? - O GROUP.

49. AB ರಕ್ತದ ಗುಂಪಿನವವರು ಯಾವ ರೀತಿಯ ರಕ್ತವನ್ನು ಪಡೆಯಬಹುದು? - ಎಲ್ಲಾ ರೀತಿಯ, AB, O, A, B. ರಕ್ತ.

50. ತಟಸ್ಥ ಆಮ್ಲಜನಕದ ಪರಮಾಣುವಿನಲ್ಲಿ 8 ಎಲೆಕ್ಟ್ರಾನ್ ಇದ್ದರೆ, ಪ್ರೋಟಾನ್ ಎಷ್ಟು ಇರುವುವು?

    - ತಟಸ್ಥ ಪರಮಾಣುವಿನಲ್ಲಿ 8 ಪ್ರೋಟಾನ್ ಇರುವುವು.

51. ತಾಮ್ರದ ATOMIC NUMBER –ಪರಮಾಣು ಸಂಖ್ಯೆ ಎಷ್ಟು? - 29, ತಾಮ್ರದ ATOMIC NUMBER –ಪರಮಾಣು ಸಂಖ್ಯೆ.

52. ಹಗುರವಾದ ಅನಿಲ ಯಾವುದು? - ಜಲಜನಕ.

ಸಾಮಾನ್ಯ ಜ್ಞಾನ- ವಿಜ್ಞಾನದ ಕೆಲವು ಪ್ರಶ್ನೆಗಳು MCQS

1. ಕಾಫಿ ಮತ್ತು ಟೀ ಬಿಸಿ ಪಾನೀಯಗಳಲ್ಲಿ ಪ್ರಚೋದಕ (STIMULANT) ಯಾವುದು?

    A. ನಿಕೋಟಿನ್. B. ಕೆಫೀನ್. C. ಟ್ಯಾನಿನ್. D. ರೆನಿನ್.

2. ವಾಹನಗಳ ಹಿನ್ನೋಟಕ್ಕೆ(REAR VIEW) ಯಾವ ದರ್ಪಣ(MIRROR) ಬೇಕು?

    A.ನಿಮ್ನ ಮಸೂರ. B. ನಿಮ್ನ ದರ್ಪಣ. C. ಪೀನ ಮಸೂರ. D. ಪೀನ ದರ್ಪಣ.(MIRROR)

    (ಪೀನ ಕನ್ನಡಿ (ದರ್ಪಣ) CONVEX MIRROR FORMS VIRTUAL, ERRECT, AND DIMINISHED IMAGES OF ALL OBJECTS, WHICH ARE BEHIND THE CAR DRIVER.)

3. ಅಸ್ಕೋರ್ಬಿಕ್ ಆಮ್ಲ (ASCORBIC ACID) ಏನೆಂದು ಕರೆಯುವರು?

    A. ವಿಟಮಿನ್ "C". B. ವಿಟಮಿನ್ "D". C. ವಿಟಮಿನ್ "A". D. ವಿಟಮಿನ್ "B"

4. ಅಸ್ಕೋರ್ಬಿಕ್ಆಮ್ಲ (ASCORBIC ACID) ಪ್ರಕೃತಿಯಯಾವ ಹಣ್ಣಿನಲ್ಲಿ ಜಾಸ್ತಿ ಸಿಗುವುದು?

    A. ಪೊಪಾಯ. B. ನಿಂಬೆ. C.ಹುಣಸೆ. D. ದ್ರಾಕ್ಷಿ.

5. ಭಾರತದ ಸೂಪರ್ ಸೋನಿಕ್ (SUPER SONIC) ಕ್ರೂಸ್ ಅಸ್ತ್ರ ಯಾವುದು?

   A. ಬ್ರಹ್ಮೋಸ್. B. ಜೆಟ್. C. ಅಗ್ನಿ. D. ಟಾರ್ಪೇಡೋ.

6. ಲಿಂಫೋಸ್ಯೆಟ್ ಕೋಶಗಳು-ಯಾವ ಅಂಗಾಶದಲ್ಲಿ ಉತ್ಪತ್ತಿ ಆಗುವುದು?

   A. ಯಕೃತ್. B. ಮೂಳೆ ಮಜ್ಜೆ C. ಮೆದೋಜೀರಕ. D. ಪ್ಲಾಸ್ಮಾ.

7. ಸೂರ್ಯ (ಬಿಳಿ) ಬೆಳಕು ಎಷ್ಟು ಬಣ್ಣಗಳ ಮಿಶ್ರಣ? A. ಒಂದು. B. ಮೂರು. C. ಏಳು. D. ಐದು. V I B G Y O R

8. ಪ್ರಕಾಶ ವರ್ಷ (LIGHT YEAR) ಯಾವುದನ್ನು ಅಳೆಯುವುದು?

   A. ಶಬ್ದ. B. ಶಕ್ತಿ. C. ದೂರ. D. ಬೆಳಕು.

9. ಸೌರ ಕೋಶ (SOLAR CELL) ವನ್ನು ಯಾವ ವಸ್ತುವಿನಿಂದ ಮಾಡುವರು?

   A. ಟ್ಯೆಟಿನಿಯಮ್. B. ಸಿಲಿಕಾನ್. C. ಟಂಗ್ಸ್ಟನ್. D. ಕ್ರೋಮಿಯಮ್.

10. ಸಂಚಾರ ನಿಯಂತ್ರಣ ಮೊದಲಾದ ಡೇಂಜರ್(DANGER) ಸೂಚಿಸುವ ಕಡೆ ಕೆಂಪು ದೀಪ ಏಕೆ ಬಳಸುವರು?

    A.ಕಿರಣಗಳು ಬಹು ದೂರ ಚಲಿಸುವುವು. B. ಬಹಳ ಆಕರ್ಷಣೆ ಇದೆ. C. ಎಲ್ಲರಿಗೂ ಇಷ್ಟ.D. ದೂರ ದೃಷ್ಟಿಯವರು ನೋಡಬಹುದು.

11. ಮೆದೋಜೀರಕ ಯಾವ ಕ್ರಿಯೆಗೆ ಮುಖ್ಯವಾಗಿ ಬೇಕು? A.ಇನ್ಸುಲಿನ್ ಉತ್ಪತ್ತಿಗೆ. B. ಹಿಮೋಗ್ಲೋಬಿನ್ ಉತ್ಪತ್ತಿಗೆ. C. ಕ್ರಿಯಾಟೀನ್ ಉತ್ಪತ್ತಿಗೆ. D. ಲಾಲಾ ರಸ ಉತ್ಪತ್ತಿಗೆ.

12. ಜ್ಯೆವಿಕ - ಅನಿಲ ಸ್ಥಾವರಾದಲ್ಲಿ ಯಾವ ಜ್ಯೆವಿಕ ಕ್ರಿಯೆ ಆಗುವುದು?

    A. ಹುದುವಿಕೆ. B. ಪಾಲಿಮ್ಯೆರೇಸೇಶನ್. C. ಉಸಿರಾಟ. D. ಹೈಡ್ರಾಜಿನೇಶನ್

13. ಯಾವುದರ ನೆನಪಿಗಾಗಿ 28 ರ ಫೆಬ್ರವರೀ ಯನ್ನು ರಾಷ್ಟ್ರೀಯ ವಿಜ್ಞಾನದ ದಿನ ಎಂದು ಘೋಷಿದ್ದಾರೆ?

    A.ರಾಮನ್ ಎಫೆಕ್ಟ್-Nobel Prize.B. ರಾಮನ್ಸವರ ಜನ್ಮ ದಿನ. C. ರಾಮನ್ Institue ಸ್ಥಾಪನೆ. D. ರಾಮನ್ ಪುಣ್ಯ ದಿನ.

14. ಕಾಮಾಲೆ ರೋಗವುಯಾವಲಂಗ ಕೆಲಸ ವ್ಯೆಪರೀತ್ಯದಿಂದ ಆಗುವುದು?

    A ಮೆದೋಜೀರಕ. B. ಮೂತ್ರಪಿಂಡ. C. ಕರುಳು. D.ಪಿತ್ತಜನಕಾಂಗ

15. ಕರಗಿರುವ ಸಾರಜನಕ, ವ್ಯವಸಾಯದ ಮೂಲದಿಂದ ಕೆರೆ, ಮತ್ತು ಕಾಲುವೆಗೆ ಸೇರಿದಾಗ ಜಲಸಸ್ಯಗಳು ಹೇರಳವಾಗಿ ಬೆಳೆಯುವುವು,ಈ ರೀತಿ ಆಗುವುದಕ್ಕೆ ಕಾರಣವನ್ನು ಏನೆಂದು ಕರೆಯುವರು?

    A. ಡಿ-ನ್ಯೆಟ್ರಿಫಿಕೇಶನ್. B. ಸಾರಜನಕದ ನಿಶ್ಚಲೀಕರಣ C.ಯುಟ್ರೋಫಿಕೇಶನ್ D. ಪಲ್ಯೂ ಷನ್.

16. 0°C ಯಲ್ಲಿರುವ ನೀರು 20°C ಗೆ ಕಾಯಿಸಿದಾಗ, ಅದರ ಗಾತ್ರ(volume),

    A ತಕ್ಷಣ ಜಾಸ್ತಿಯಾಗುವುದು. B. ಬದಲಾವಣೆ ಆಗುವುದಿಲ್ಲ. C. ಕ್ರಮೇಣ ಜಾಸ್ತಿಯಾಗುವುದು. D. ತಕ್ಷಣ ಆವಿಯಾಗುವುದು.

17. ಇವುಗಳಲ್ಲಿ ಮೊತ್ತೆಯಿಡುವ ಸಸ್ತನಿ ಯಾವುದು? A.ತಿಮಿಂಗಲ. B. ಬಾವುಲಿ. C. ಶ್ರೂ. D.ಎಕೀದ್ನಾ

18. ಕ್ಯಾನ್ಸರ್ ರೋಗಿಗಳಿಗೆ ಅವರದೇ T-ಕೋಶಗಳಿಂದ ಚಿಕಿತ್ಸೆ ಮಾಡಬಹುದು. T-ಕೋಶಗಳು-----

    A.ಕೆಂಪು ರಕ್ತಕಣದ ವಿವಿದ ರೂಪ. B. ಮೇದೋಜೀರಕದ ಕೋಶಗಳು. C. ಬಿಳಿ ರಕ್ತಕಣದ ವಿವಿದ ರೂಪ. D.ಸಣ್ಣ ಕ್ಯಾನ್ಸರ್ ಕೋಶಗಳು.

19. ನೀರು ಕುದಿಯುವ ಬಿಂದು ಫ್ಯಾರಾನ್ಹೀಟ್ ನಲ್ಲಿ ಯಾವುದು? A. 100 ಡಿಗ್ರಿF. B. 212 ಡಿಗ್ರಿF. D.96 ಡಿಗ್ರಿF. D. 100.8 ಡಿಗ್ರಿF.

20. ಹಾಲು ನೋಡುವುದಕ್ಕೆ ದ್ರವ ರೂಪ, ಆದರೆ ಅದು, ಯಾವುದಕ್ಕೆ ಉದಾಹರಣೆ?

    A. ಜೆಲ್. B. ಎಮಲ್ಸ್ಯನ್ C. ಪ್ರಿಸಿಪೆಟಚ್. D.ಸಾಲ್.

21. ಭಾಹ್ಯಕಾಶವನ್ನು ಪ್ರಯಾಣಿಸಿದ ಮೊಟ್ಟಮೊದಲನೆಯ INDIAN ಯಾರು?

    A. ಯುರಿ ಗಗಾರಿನ್. B. ರವಿಶ್ ಮಾಲ್ಹೋತ್ರ. C. ರಾಕೇಶ್ ಶರ್ಮ. D.ರಾಕೇಶ್ ವರ್ಮ.

22. ಮನುಷ್ಯನ ಯಾವ ಅಂಗದ ಚಿಕಿತ್ಸೆಗೆ ಡಯಾಲಿಸಿಸ್ ಮಾಡುತ್ತಾರೆ?

    A. ಮೂತ್ರಜನಕಾಂಗ. B. ಹೃದಯ. C. ಶ್ವಾಶಕೋಶ. D.ಮೆದುಳು.

23. ಆಂಕಾಲಜಿ (ONCOLOGY)ಯಾವುದರಬಗ್ಗೆ ಆದ್ಯಯನ? A. ಡಯಾಬಿಟಿಸ್. C. ಕ್ಯಾನ್ಸರ್. D. ಅನೇಮಿಯ. D.ಡಿಪ್ರೆಶನ್.

24. ಸಮೀಪ ದೃಷ್ಟಿ ದೋಷ (MYOPIA) ಎಂದರೇನು? A. ಹತ್ತಿರದ ವಸ್ತುಗಳು ಸರಿಯಾಗಿ ಕಾಣುವುದಿಲ್ಲ. B. ಹತ್ತಿರದ ವಸ್ತುಗಳು ಸರಿಯಾಗಿ ಕಾಣುವುದು. C. ದೂರದ ವಸ್ತುಗಳು ಸರಿಯಾಗಿ ಕಾಣುವುದಿಲ್ಲ. D. ದೂರದ ವಸ್ತುಗಳು ಸರಿಯಾಗಿ ಕಾಣುವುದು.

25. ಇವುಗಳಲ್ಲಿ ಯಾವ ಬಣ್ಣ ಪ್ರಾಥಮಿಕವಲ್ಲ(PRIMARY COLOUR)? A.ಕಪ್ಪು. B. ನೀಲಿ. C. ಹಸಿರು. D. ಕೆಂಪು.

26. ಮೂರು ಪ್ರಾಥಮಿಕ ಬಣ್ಣಗಳು ಯಾವ ಗೂಂಪಿನಲ್ಲಿವೆ? A.ನೀಲಿ, ಹಸಿರು, ಕೆಂಪು. B. ಹಳದಿ, ನೀಲಿ, ಹಸಿರು. C. ಕಿತ್ತಳೆ, ಕೆಂಪು, ಹಳದಿ. D. ನೇರಳೆ, ಕೆಂಪು, ಹಸಿರು.

MCS ಸಾಮಾನ್ಯ ಜ್ಞಾನ- FOCUS CHROMOSOME. CHROMOSOME- ವರ್ಣ ತಂತು

Chromosome -ವರ್ಣ ತಂತು ಎಲ್ಲಾ ಪ್ರಾಣಿ ಹಾಗೂ ಸಸ್ಯಗಳ ಕೋಶ ಕೇಂದ್ರದಲ್ಲಿ ಇರುವುವು. ಬಾಕ್ಟೀರಿಯಾ, ವೈರಸ್ ಗಳಲ್ಲೂ ಇರುತ್ತವೆ ಸಂಖ್ಯೆಯಲ್ಲಿ ವ್ಯತ್ಯಾಸ ಇರುತ್ತದೆ. ಸಾಮಾನ್ಯವಾಗಿ ವರ್ಣತಂತುಗಳು -chromosome- DNA ಇಂದ ಮಾಡಲ್ಪಟ್ಟಿವೆ. ಆದರೆ ವೈರಸ್ ಮತ್ತು ಬಾಕ್ಟೀರಿಯಾ ಗಳಲ್ಲಿ RNA ಇಂದ ಮಾಡಲ್ಪಟ್ಟಿವೆ ಜೀವಿಗಳ ವಿನ್ಯಾಸ, ಕಾರ್ಯ, ರಚನೆ, ವಂಶಿಕತೆ ಎಲ್ಲವೂ ಕ್ರೋಮೋಸೋಮ್ ಗಳಲ್ಲಿ ಅಡಗಿರುವುದು. A G T C or A G C U macro molecule ಗಳು, Chromosome ಗಳನ್ನು ಮಾಡುತ್ತವೆ.

ಎಲ್ಲಾ ಜೀವ ಕೋಶಗಳಲ್ಲಿ ವರ್ಣ ತಂತು ಇರುತ್ತವೆ. ಇವು ಆನುವಂಶಿಕ ಹಾಗೂ ಎಲ್ಲಾ ಕ್ರಿಯೆಗಳಿಗೆ ಬೇಕಾದ ದತ್ತಾಂಶ DNA OR RNA ರೂಪಗಳಲ್ಲಿ ಶೇಕರಿಸಿವೆ.

ಬೇರೆ ಬೇರೆ ಜೀವಿಗಳಲ್ಲಿ chromosome ಗಳ ಸಂಖ್ಯೆ ವಿಭಿನ್ನ.

1. ಮಾನವರಲ್ಲಿ chromosome ಗಳ ಸಂಖ್ಯೆ ಎಷ್ಟು? A.46. B. 23. C.49. D.36.

2. Bacteria ಗಳಲ್ಲಿ ವರ್ಣ ತಂತುಗಳ ಸಂಖ್ಯೆ ಎಷ್ಟು? A. 2. B 0. C. 12. D.1.

3. Frogs ಗಳಲ್ಲಿ chromosome ಗಳ ಸಂಖ್ಯೆ ಎಷ್ಟು? A. 23. B. 26. C. 14. D. 6.

4. Rose ಸಸ್ಯಗಳ ಹೂವಿನಲ್ಲಿ ವರ್ಣ ತಂತುಗಳ ಸಂಖ್ಯೆ ಎಷ್ಟು? A.14.B. 29. C. 48. D. 16.

5. Potato ಸಸ್ಯದಲ್ಲಿ chromosome ಗಳ ಸಂಖ್ಯೆ ಎಷ್ಟು? A.48. B.25. C.36. D.10.

6. Mendel ರವರು ಅನುವಂಶಿಕತೆ ಪ್ರಯೋಗ ಮಾಡಿದ ಬಟಾಣಿ-Pea- ಸಸ್ಯದಲ್ಲಿ chromosome ಗಳ ಸಂಖ್ಯೆ ಎಷ್ಟು? A.12. B.24. C.18. D. 14

7. ಗೋಬರ್ ಗ್ಯಾಸ್ ನಲ್ಲಿ ಯಾವ ಅನಿಲ ಹೆಚ್ಚು ಅಂಶ ಇರುವುದು?   A. ಕಾರ್ಬನ್ ಡೈ ಆಕ್ಸೈಡ್. B. ಅಸಿಟಿಲಿನ್. C. ಮಿಥೇನ್ D. ಏತಿಲಿನ್.

8. ತಕ್ಷಣ ಶಕ್ತಿ ಬರಲು ಆಟಗಾರರಿಗೆ ಏನು ಕೊಡಬಹುದು? A. ನೀರು. B. ಸಕ್ಕರೆ. C. ಗ್ಲೂಕೋಸ್ D. ಹಣ್ಣು

9. DNA ಗಳಲ್ಲಿ ಯಾವ ನೈಟ್ರೊಜನ್ base ಇರುವುದಿಲ್ಲ? A. ಸೈಟೋಸಿನ್. B. ಗಾನಿನ್. C. ಅಡೆನಿನ್. D. ಯುರಾಸಿಲ್.

10. RNA ಗಳಲ್ಲಿ ಯಾವ ನೈಟ್ರೊಜನ್ base ಇರುವುದಿಲ್ಲಾ? A. ಸೈಟೋಸಿನ್. B. ಗಾನಿನ್. C. ಅಡೆನಿನ್. D. ಥೈಮೀನ್.

11. ಬ್ಯಾಟರಿಗಳಲ್ಲಿ ಯಾವ ಆಮ್ಲ -acid- ಬಳೆಸುವರು? A. Hydrochloric ಆಮ್ಲ -acid. B. Nitric ಆಮ್ಲ-acid. C. Sulphuric ಆಮ್ಲ-acid. D. ಅಸಿಟಿಕ್-acid.

12. ಅಡಿಗೆ ಅನಿಲ ವನ್ನು LPG ಎನ್ನುವರು. ಇದು ಯಾವ ಅನಿಲ? A. ಪ್ರೋಪೇನ್. B. ಬುಟೇನ್. C. ಅಸಿಟೇನ್. D. ಮಿಶ್ರ ದ್ರಾವಣ

13. ಗಡಸು ನೀರಿನಲ್ಲಿ ಇರುವ ಲೋಹದ ಅಂಶಗಳು ಯಾವುವು? Hardness of water is due to which components? A. ಕ್ಯಾಲ್ಸಿಯಮ್, ತವರ. B. ತವರ, ಕಬ್ಬಿಣ. C. ಮಾಗ್ನಿಶಿಯಮ್, ಕ್ಯಾಲ್ಸಿಯಮ್, D. ಮಾಗ್ನಿಶಿಯಮ್, ತವರ,

14. ಒಂದು ಪರಿಸರ ವ್ಯವಸ್ಥೆಯಲ್ಲಿ ಪೋಷಕಾಂಶಗಳು ಸಂಚಲನೆ ಯಾವುದು? Which type of movement of nutrients is seen in environment? A.ಚಕ್ರಿಯ- Cyclic. B.ಸಮತಲ -Horizontal C.ರೇಖಾತ್ಮಕ - Straight. D.ಅಲೆ- Wave

ದ್ಯುತಿಸಂಶ್ಲೇಷಣ ಮತ್ತು ಸಾಮಾನ್ಯ ಜ್ಞಾನದ MCQ ತಿಳಿಯೋಣ

ದ್ಯುತಿಸಂಶ್ಲೇಷಣ – PHOTOSYNTHESIS

1. ಕ್ಲೋರೋಫಿಲ್ -Chlorophyll- ಒಂದು ಸಂಯುಕ್ತ ಕಣ,(CHELATE) ಹಸಿರುಎಲೆಗಳಲ್ಲಿ ಇರುತ್ತದೆ. ಇದರಲ್ಲಿ ಯಾವ ಲೋಹ ಕಣ, ರಚನೆಗೆ ಮುಖ್ಯವಾಗಿ ಇರಬೇಕು? ಏ. ತಾಮ್ರ ಬಿ. ಮೆಗ್ನಿಸಿಯಮ್. ಸಿ. ಕಬ್ಬಿಣ. ಡಿ. ಸಿಲಿಕಾನ್.

2. Chlorophyll is a complex (chelate) molecule. It is present in green leaves. Which of the metal is essential to form this molecule? A. Copper. B. Magnesium. C. Iron. D. Silicon

   ಕೇಂದ್ರದಲ್ಲಿ ಮೆಗ್ನಿಶಿಯಂ ಜೊತೆಗೆ ಬೇರೆ ಅಣುಗಳು ಬಂಧಿಸಿರುವುದು-CHELATE ಎಂದು ಹೆಸರು

3. ಸಸ್ಯಗಳ ಎಲೆಗಳು ಹಸಿರು ಬಣ್ಣಕೆ ಕಾರಣ, ಯಾವ ವರ್ಣದ್ರವ್ಯಕಣಗಳು?

   A.ಕ್ಲೋರೋಫಿಲ್. B. ಕ್ರೋಮೋಫಿಲ್ C. ಕಲರ್ ಫಿಲ್ D. ಲ್ಯುಕೋಫಿಲ್

4. Leaves are green due to which pigments? A.Chlorophyll. B. Chromophyll. C. Colorphyll.

   D. Leukophyll

5. ಕ್ಲೋರೋಪ್ಲಾಸ್ಟ್ ನಲ್ಲಿ ಕ್ಲೋರೋಫಿಲ್ ಇರುವುದು ಅದು ಹಸಿರು ದ್ರವ್ಯಕಣ Choloplasts contain green pigments called chlorophyll

6. ದ್ಯುತಿಸಂಶ್ಲೇಷಣೆದ ಮೂಲಕ ಪಿಸ್ಟ ತಯಾರಿಸುವ ಸಸ್ಯದ ಜೀವಕೋಶದ ಯಾವ ಕಾಣಾಂಗ?

   A. ಮ್ಯೆಟೊಕಾಂಡ್ರಿಯಾ B. ರೈಬೋಜೋಮ್. C. ಕ್ಲೋರೋಪ್ಲಾಸ್ಟ್ D. ಕೋಶಕೇಂದ್ರ.

7. Which organelle prepares starch during photosynthesis in plants? A. Mitochondria. B. Ribosome. C. Chloroplast. D. Nucleus.

8. ದ್ಯುತಿಸಂಶ್ಲೇಷಣ ಕ್ರಿಯೆಗೆ ಯಾವ ಅನಿಲ ಬೇಕೆ ಬೇಕು?

   A. ಆಮ್ಲಜನಕ. B. ಜಲಜನಕ. C. ಇಂಗಾಲದ ಡೈಆಕ್ಸೈಡ್. D. ಸಾರಜನಕದ ಆಕ್ಸೈಡ್

9. Which gas is essential for photosynthesis?

   A. Oxygen. B. Hydrogen. C. Carbon di oxide. D. Nitrous Oxide.

10. ದ್ಯುತಿಸಂಶ್ಲೇಷಣ ಕ್ರಿಯೆಗೆ ಬೇಕಾದ ಶಕ್ತಿ ಎಲ್ಲಿಂದ ಸಿಗುವುದು?

    A.ನೀರಿನಿಂದ. B. ಗಾಳಿಯಿಂದ. C.ಆಹಾರದಿಂದ. D. ಸೂರ್ಯನಿಂದ.

11. Which of the following gives energy for photosynthesis? A.Water. B. Air. C. Food. D. Sun.

12. ದ್ಯುತಿಸಂಶ್ಲೇಷಣ ಕ್ರಿಯೆಗೆ ಯಾವ ಅನಿಲ ಬೇಕೆ ಬೇಕು?

    A.ಆಮ್ಲಜನಕ. B. ಜಲಜನಕ. C. ಇಂಗಾಲದ ಡೈಆಕ್ಸೈಡ್. D. ಸಾರಜನಕದ ಆಕ್ಸೈಡ್

13. Which gas is essential for photosynthesis? A. Oxygen. B. Hydrogen. C. Carbon di oxide. D. Nitrous Oxide.

14. ದ್ಯುತಿಸಂಶ್ಲೇಷಣೆ ಕ್ರಿಯೆಗೆ ಬೇಕಾದ ಶಕ್ತಿ ಎಲ್ಲಿಂದ ಸಿಗುವುದು?   A. ನೀರಿನಿಂದ. B. ಗಾಳಿಯಿಂದ. C.ಆಹಾರದಿಂದ. D. ಸೂರ್ಯನಿಂದ.

15. Which of the following gives energy for photosynthesis? A. Water. B. Air. C. Food. D. Sun.

16. ಮಾನವನ ದೇಹದ ಸಾಮಾನ್ಯ ಉಷ್ಣತೆ ಫ್ಯಾರನ್ ಹೀಟ್ ನಲ್ಲಿ ಎಷ್ಟು ಡಿಗ್ರಿ? A.94.8 B. 99.4. C. 98.4. D. 37.4

17. ಹತ್ತಿಯ ಮುಖ್ಯ ಘಟಾಕಾಂಶ ಯಾವುದು? A. ಪಿಷ್ಟ B.ಸೆಲ್ಯುಲೋಸ್. C.ಪಾಲಿಎಸ್ಟರ್ D. ರೆಯಾನ್

18. What is the normal temperature of humans in Fahrenheit? A.94.8. B. 99.4. C. 98.4 D. 37. 4..

19. Which of the following element makes cotton? A. Starch B. Cellulose. C. Polyester D. Rayon

20. ಮೆದುಳಿನ ಅತ್ಯಂತ ದೊಡ್ಡ ಭಾಗ ಯಾವುದು? Which is the largest part of the brain?

    A. Cerebellum-ಹಿಮ್ಮೆದುಳು B. Cerebrum-ಮುಮ್ಮೆದುಳು C. Spinal Cord-ಮೆದುಳುಬಳ್ಳಿ D. Cranium-ಬುರುಡೆ

21. ಇನ್ಸುಲಿನ್ ಉತ್ಪತ್ತಿ ಮಾಡುವ ಗ್ರಂಥಿ ಯಾವುದು? Which gland produces insulin?

    A. Pancreas-ಮೇದೋಜೀರಕ B. Pituitary –ಪಿಟುಟೋರಿ C. Thyroid-ಥೈರಾಯಿಡ್ D. Liver-ಪಿತ್ತ ಜನಕಾಂಗ

22. ಹಸಿರು ಹೂವನ್ನು ಕೆಂಪುಗಾಜಿನ ಮೂಲಕ ನೋಡಿದಾಗ ಯಾವ ಬಣ್ಣ ಕಾಣಿಸುವುದು?

    A.ಕಡು ಕೆಂಪು B.ಹಳದಿ. C. ಕಪ್ಪು. ಕಿತ್ತಳೆ ಬಣ್ಣ

ಪ್ರಶ್ನ ಪತ್ರಿಕೆಗಳಲ್ಲಿ ಜೀವವಿಜ್ಞಾನಿಗಳ ಬಗ್ಗೆ

ಹೊಂದಿಸಿ ಬರೆಯಿರಿ ಅಥವಾ MCQ ಇರುವುದೆಂದು ತಿಳಿದಿದೆ

ಇದನ್ನು ನೀವು ಕಲಿತರೆ ಆ ರೀತಿಯ ಪ್ರಶ್ನೆಗಳನ್ನು ಉತ್ತರಿಸಬಹುದು.

ವಿಲಿಯಮ್ ಹಾರ್ವೆ Willam Harvey ,ಎಡ್ವರ್ಡ್ ಜೆನ್ನರ್ Edward Jenner,ಕ್ರಿಸ್ಟಿಯನ್ ಬರ್ನಾರ್ಡ್ Christian Bernard, ಗ್ರಿಗರ್ ಮೆಂಡಲ್ Gregor Mendel ,ಚಾರಲ್ಸ್ ಡಾರ್ವಿನ್ Charles Darwin, ವ್ಯಾಟ್ಸನ್ ಮತ್ತು ಕ್ರಿಕ್ Watson and Crick, ಹ್ಯೂಗೋಡೀವ್ರೇಸ್ Hugo de Vries, Rudolf Virchow ರೂಡಾಲ್ಫ್ ವರ್ಚಾಫ್

ರಾಬರ್ಟ್ ಹೂಕ್ Robert Hooke ,ಲೂಯೀಪ್ಯಾಶ್ಚರ್ Louis Pasteur, ರಾಬರ್ಟ್ ಬ್ರೌನ್ Robert Brown, ಆಂಟೋನಿ ಲಿವೆನ್ ಹೂಕ್ Antoni Leeuven hoek, ಕೆಮಿಲಿಯೋ ಗಾಲ್ಗಿ Chemileo Golgi, ಅಲೆಕ್ಸಾಂಡರ್ ಫ್ಲೆಮಿಂಗ್ Alexander Flemming, ಮೆಲ್ವಿನ್ ಕಾಲ್ವಿನ್ Melvin Calvin

ವಿಲಿಯಮ್ ಹಾರ್ವೆ WILLAM HARVEY HE EXPLAINED THE CIRCULATION ಆಫ್ BLOOD,VIA BLOOD VESSELS ರಕ್ತ ಪರಿಚಲನೆಯು ರಕ್ತನಾಳಗಳ ಮೂಲಕ ಆಗುವುದು.

ಎಡ್ವರ್ಡ್ ಜೆನ್ನರ್ EDWARD JENNER HE POINEERED THE CONCEPT ಆಫ್ VACCINES AND ITRODUCED SMALLPOX VACCINE. ವ್ಯಾಕ್ಸಿನ್ ಬಗ್ಗೆ, ಅದರಲ್ಲೂ SMALLPOX ಚುಚ್ಚು ಮದ್ದು ಕಂಡುಹಿಡಿದರು

ಕ್ರಿಸ್ಟಿಯನ್ ಬರ್ನಾರ್ಡ್ CHRISTIAN BERNARD HE PERFORMED FIRST HEART TRANSPLANT HUMAN TO HUMAN ಇವರು ಮೊಟ್ಟಮೊದಲನೆಯ ಹೃದಯದ ಕಸಿ-ಮನುಷ್ಯನಿಂದ ಮನುಷ್ಯನಿಗೆ

ಗ್ರಿಗರ್ ಮೆಂಡಲ್ GREGOR MENDEL HE PERFORMED EXPERIMENTS ON PEA PLANTS- FATHER OF GENETICS ಇವರು ಬಟಾಣಿ ಸಸ್ಯಗಳಲ್ಲಿ ಅನುವಂಶಿಕತೆ ಬಗ್ಗೆ ಪ್ರಯೋಗ ಇವರನ್ನು ಅನುವಂಶಿಕತೆಯ ತಂದೆ ಎನ್ನುವರು

ಚಾರಲ್ಸ್ ಡಾರ್ವಿನ್ CHARLES DARWIN HE WORKED ON ORGANIC EVOLUTION,NATURALSELECTION, ORIGIN OF SPECIES

ವ್ಯಾಟ್ಸನ್ ಮತ್ತು ಕ್ರಿಕ್ WATSON AND CRICK THESE SCIENTISTS SUGGESTED DOUBLE HELIX MODEL OF DNA AND MOLECULAR BASIS OF HERIDITY ಈ ವಿಜ್ಞಾನಿಗಳು DNA ಡಬುಲ್ ಹೆಲಿಕ್ಸ್ ಮಾದರಿ ಮತ್ತು ಅನುವಂಶಿಕತೆ ಕಣಗಳಿಂದ -DNA- ಎಂಬ ವಿಷಯ

ಹ್ಯೂಗೋಡೀವ್ರೇಸ್ HUGO DE VRIES HE DEVELOPED THEORY OF MUTATION-GENES CHANGE AND CHANGES ARE PASSED ON TO OFFSPRINGS. ಇವರು ಜೀನ್ ರೂಪಾಂತರದ ಬಗ್ಗೆ ಮತ್ತು ರೂಪಾಂತರದ ಗುಣಗಳು ತಳಿಗಳಿಗೆ ವರ್ಗವಾಗುವುದು ಬಗ್ಗೆ

RUDOLF VIRCHOW ರೂಡಾಲ್ಫ್ ವರ್ಚಾಫ್ HE AND KARL JOSEPH DISCOVERED TYPHOID BACTERIA ಇವರು ಮತ್ತು ಕಾರಲ್ ಜೋಸಫ್ ಟೈಫಾಯಿಡ್ ಬ್ಯಾಕ್ಟೀರಿಯಾ ಕಂಡುಹಿಡಿದರು

ರಾಬರ್ಟ್ ಹೂಕ್ ROBERT HOOKE HE DISCOVERED CELLS IN CORK, PROPOSED CELL THEORY ಇವರು ಕಾರ್ಕ್ ನಲ್ಲಿ ಕೋಶಗಳನ್ನು ನೋಡಿ, ಕೋಶ ಸಿದ್ಧಾಂತ ಪ್ರಕಟಿಸಿದರು

ಲೂಯೀಪ್ಯಾಶ್ಚರ್ LOUIS PASTEUR HE WORKED ON FERMENTATION AND PROPOSED PASTUERISATION ಇವರು ಹಾಲಿನ ಪ್ಯಾಶ್ಚರೀಕರಣ, ಹುದುಗುವಿಕೆ ಬಗ್ಗೆ ಕೆಲಸ

ರಾಬರ್ಟ್ ಬ್ರೌನ್ ROBERT BROWN HE WORKED ON CELLS DICOVERED NUCLEUS IN PLANT CELLS ಇವರು ಕೋಶಗಳ ಬಗ್ಗೆ ಮತ್ತು ಸಸ್ಯಕೋಶಗಳಲ್ಲಿ ಕೋಶ ಕೇಂದ್ರ ಕಂಡುಹಿಡಿದರು

ಆಂಟೋನಿ ಲಿವೆನ್ ಹೂಕ್ ANTONI LEEUVEN HOEK HE WORKED ON LENSES AND INVENTED FIRST MICROSCOPE,CALLED FATHER OF MICROSCOPY ಇವರು ಮಸೂರಗಳ ಕೆಲಸ ಮತ್ತು ಮೊದಲನೆಯ ಸೂಕ್ಷ್ಮದರ್ಶಿ ಮಾಡಿದರು ಇವರನ್ನು ಸೂಕ್ಷ್ಮದರ್ಶಿ ತಂದೆ ಎನ್ನುತ್ತಾರೆ

ಕೆಮಿಲಿಯೋ ಗಾಲ್ಗಿ CHEMILEO GOLGI HE DISCOVERED GOLGI COMPLEX IN CELLS ಇವರು ಕೋಶಗಳಲ್ಲಿ ಗಾಲ್ಗಿ ಸಂಕೀರ್ಣ ಇದೆ ಎಂದು ಕಂಡುಹಿಡಿದರು

ಅಲೆಕ್ಸಾಂಡರ್ ಫ್ಲೆಮಿಂಗ್ ALEXANDER FLEMMING HE IS RESPONSIBLE FOR PENICILLIN USE AN ANTIBIOTIC ಇವರು ಪೆನಿಸಿಲೀನ್ ಮೊದಲಿಗೆ ಉಪಯೋಗಿಸಿದರು ಇದು ಪ್ರತಿಜೀವಕ ANTIBIOTIC.

ಮೆಲ್ವಿನ್ ಕಾಲ್ವಿನ್ MELVIN CALVIN HE DISCRIBED THE DARK REACTION DURING PHOTOSYNTHESIS, THIS TAKES PLACE IN THE ABSENCE OF LIGHT,DURING DAY.

ಇವರು ದ್ಯುತಿಸಂಶ್ಲೇಷಣ ಕ್ರಿಯೆಯಲ್ಲಿ ಬೆಳಕಿನ ಸಹಾಯವಿಲ್ಲದೆ ನಡೆಯುವ ಕ್ರಿಯೆ ಇದನ್ನು ಕತ್ತಲ ಕ್ರಿಯೆ DARK REACTION ಎನ್ನುವರು, ಈ ಕ್ರಿಯೆಯನ್ನು ಇವರು ಮೊದಲಿಗೆ ವಿವರಿಸಿದರು.

ORIGIN OF LIFE- EXPLAINED ಜೀವ ಹೇಗೆ ಉದ್ಭವವಾಯಿತು

FROM OTHER PLANET - ಹೊರಗಿನ ಗ್ರಹಗಳಿಂದ SPONTANEOUS GENESIS ವಿಸ್ಮಯಕಾರ್ಯದಿಂದ

SPORES - ಬೀಜಗಳಿಂದ .

OPARIN-HALDANE HYPOTHESIS, MILLER-UREY EXPERIMENT RNA WORLD –4 BYA

ಆನೀಕ ವಿಜ್ಞಾನಿಗಳು ಮೊದಲ ಜೀವ ಹೇಗೆ ಆಯಿತು ಎಂಬ ಊಹೆ – HYPOTHESIS – ಮಾಡಿರುವರು

ಜೀವ ಇಲ್ಲದ ವಸ್ತುಗಳಿಂದ ಪರಿಸರದ ವ್ಯತ್ಯಾಸಗಳಿಂದ ಆದ ರಾಸಾಯನಿಕ ಕ್ರಿಯೆಗಳಿಂದ, ಹೊಸ ಸರಳ ಆಣ್ವಿಕೆಗಳು ರಚನೆ, ಅವುಗಳಿಂದ MOLECULAR AGGREGAGATES ಕ್ರಮೇಣ ಜೀವ ಉದ್ಭವಿಸಿ, ವಿಕಾಸ ಆಗಿದೆ. 3-4 ಬಿಲಿಯನ್ ವರ್ಷಗಳ ಹಿಂದೆ RNA-ರೂಪ,ಇವುಗಳಿಂದ ಇಂದ ಜೀವ ಉದ್ಭವ, ಆಮೇಲೆ ಜೀವಿಗಳ ಗುಂಪುಗಳು.

(1) MONERA, (2) PROTISTA, (3) FUNGI, (4) PLANTS, (5) ANIMALS

CHEMICAL BASIS OF LIFE

FOUR TYPES OF MOLECULES ARE OFTEN REFERRED TO AS THE MOLECULES OF LIFE.

THE FOUR MOLECULES OF LIFE ARE (1) PROTEINS, (2) CARBOHYDRATES, (3) LIPIDS AND (4) NUCLEIC ACIDS.

EACH OF THE FOUR GROUPS IS VITAL FOR EVERY SINGLE ORGANISM ON EARTH. WITHOUT ANY OF THESE FOUR MOLECULES, A CELL AND ORGANISM WILL NOT BE ABLE TO LIVE. (GOOGLE)

CARBON-BASED LIFE FORM!!

CARBON IS A KEY COMPONENT OF ALL KNOWN LIFE ON EARTH, REPRESENTING APPROXIMATELY 45-50% OF ALL LIVING THINGS, SUCH AS ANIMALS AND PLANTS

COMPLEX MOLECULES ARE MADE UP OF CARBON BONDED WITH OTHER ELEMENTS,

ESPECIALLY OXYGEN AND HYDROGEN AND FREQUENTLY ALSO WITH NITROGEN, PHOSPHORUS AND SULFUR. (GOOGLE)

ತಿಳಿಯಬೇಕಾದ ವಿಷಯಗಳು

1. ಜೀವ ಇರುವ ಮತ್ತು ಜೀವ ಇಲ್ಲದ ವಸ್ತುಗಳನ್ನು ಹೇಗೆ ವರ್ಣಿಸಬಹುದು.

2. ಸಜೀವ ಮತ್ತು ನಿರ್ಜೀವ ವಸ್ತುಗಳ ಹೆಸರನ್ನು ಪಟ್ಟಿಮಾಡುವುದು,

3. ಅವುಗಳಲ್ಲಿ ವ್ಯತ್ಯಾಸಗಳನ್ನು ತಿಳಿಯುವುದು

4. ನಿದ್ರೆ ಮಾಡುವಾಗ ಜೀವ ಇರುವುದೇ?

5. ಸಸ್ಯಗಳು ಜೀವಂತವಾಗಿವೆ ಎಂದು ಹೇಳಲು ಕಾರಣಗಳೇನು?

6. ವೈರಸ್ ಗಳು ಜೀವಂತವಾಗಿವೆಯೇ?

7. ಜೀವಿಗಳಲ್ಲಿ ಆಣ್ವಿಕ ಚಲನೆ -MOLECULAR MOVEMENT-ಎಂದರೇನು? ಇದು ಎಲ್ಲಾ ಜೀವಿಗಳಲ್ಲಿ ಇರುವುದೇ?

8. ಜೀವದ ನಿರ್ವಹಣೆಗೆ ಬೇಕಾಗುವ ಮುಖ್ಯ ವಸ್ತುಗಳು, ಕಾರ್ಯಗಳು, ಯಾವುವು?

9. ಜೀವಿಗಳ ನಿರ್ವಹಣಾ ಕ್ರಿಯೆಗಳು ಪೋಷಣೆ, ಉಸಿರಾಟ, ವಸ್ತುಗಳ ಸಾಗಾಣಿಕೆ, ವಿಸರ್ಜನೆ, ಪರಿಸರಕ್ಕೆಪ್ರಕ್ರಿಯೆ, ಜೈವಿಕ ಕ್ರಿಯೆಗಳು ಸದಾಕಾಲದಲ್ಲಿ ಕಾರ್ಯ ಮಾಡಿ ಜೀವಿಗಳ ಜೈವಿಕ ಗುಣಗಳನ್ನು ಕೊಡುತ್ತವೆ

10. ಜೀವಿಗಳ ನಿರ್ವಹಣಾ ಕ್ರಿಯೆಗಳನ್ನು ಪಟ್ಟಿಮಾಡಿ.

11. ಜೀವಗಳ ಉದ್ಭವದ HYPOTHESIS ಊಹೆ ಗಳನ್ನು ತಿಳಿಸಿ.

12. ಜೀವಿಗಳನ್ನು ಎಸ್ಟುಗುಂಪುಗಳನ್ನಾಗಿ ಮಾಡಿದ್ದರೆ ಈ ವಿಷಯದಬಗ್ಗೆ ತಿಳಿಸಿ.

13. ಸಜೀವಿಗಳಿಗೂ – ನಿರ್ಜೀವಿಗಳಿಗೂ ಇರುವ ವ್ಯತ್ಯಾಸಗಳನ್ನು ತಿಳಿಸ

ಜೇನು ಸಾಕಾಣಿಕೆ BEE FARMING EXPLAINED

ಜೇನು ಸಾಕಾಣಿಕೆ BEE FARMING ಜೇನು ತುಪ್ಪಾ – ಜೇನು ಮೇಣಉತ್ಪಾದನೆ

ಜೇನುಗಳ ಬಗ್ಗೆ

ಜೇನು ಗೂಡಿನಲ್ಲಿ 3 ಬಗೆಯ ಜೇನು ಹುಳಗಳು, ಗೂಡಿನಲ್ಲಿ ಸಂತಾನೋತ್ಪತ್ತಿ ಮಾಡಿ ಜೇನುತುಪ್ಪ ಉತ್ಪಾದಿಸುತ್ತವೆ .3 ಬಗೆಯ ಜೇನುಗಳು – ಒಂದು colony-ಸಮೂಹ-ದಲ್ಲಿ ಒಂದು ಗೂಡಿನಲ್ಲಿ ವಾಸ.

1.   ಒಂದು ರಾಣಿ ಜೇನು,

2.   100 ಕ್ಕಿಂತ ಹೆಚ್ಚು ಡ್ರೋನ್ ಜೇನುಗಳು,

3.   1000 ಕ್ಕಿಂತ ಹೆಚ್ಚು ಕೆಲಸಗಾರ ಜೇನುಗಳು

ರಾಣಿ-queen-ಜೇನು ಹೆಣ್ಣು, ಡ್ರೋನ್ ಜೇನುಗಳು ಗಂಡು, ಕೆಲಸಗಾರ ಜೇನುಗಳು ಲಿಂಗವಿಲ್ಲ

ಇವುಗಳ ಜೀವನಚರಿತ್ರೆ ತುಂಬಾ ಸ್ವಾರಸ್ಯ. ರಾಣಿ-queen-ಜೇನು ಹೆಣ್ಣು 2/3 ವರ್ಷ ಆಯಸ್ಸು,

2000 ಮೊಟ್ಟೆಗಳನ್ನು 24 ಘಂಟೆ ಗಳಲ್ಲಿ ಇಡುತ್ತದೆ, ಅದರ ಜೀವನದಲ್ಲಿ 10 ಲಕ್ಷ ಮರಿಗಳನ್ನು ಉತ್ಪಾದಿಸುವುದು.

ಡ್ರೋನ್ ಗಳು 90 ರಿಂದ 100 ದಿನ ಬದುಕಬಹುದು ಅಷ್ಟರಲ್ಲಿಯೇ ಮೊಟ್ಟೆಗಳ ಗರ್ಭ ಕಟ್ಟುವಿಕೆ ಬ್ರುಣ ಆಗುವುದು. ಕೆಲಸಗಾರ ಜೇನುಗಳು 35/50 ದಿನ ಬದುಕಬಹುದು. ಜೇನು ಗೂಡಿನಲ್ಲಿ 3 ಬಗೆಯ ಜೇನು ಹುಳಗಳು, ಗೂಡಿನಲ್ಲಿ ಸಂತಾನೋತ್ಪತ್ತಿ ಮಾಡಿ ಜೇನುತುಪ್ಪ ಉತ್ಪಾದಿಸುತ್ತವೆ

ಜೇನು ಕೃಷಿ, –ತಳಿಗಳು – ಸ್ಥಳೀಯ ತಳಿಗಳು-Apis cerana indica,

ಇಟಲಿ ತಳಿ– Apis mellifera

3 ರಿಂದ 4 ವಾರಗಳಲ್ಲಿ ಜೇನು ತುಪ್ಪ ಉತ್ಪಾದನೆ ಶುರು ಆಗಿ, ಒಳ್ಳೆಯ ಸಮಯದಲ್ಲಿ 4/5 kg ತುಪ್ಪ ಆಗಬಹುದು

ಜೇನು ಸಾಕಾಣಿಕೆ ಕೇಂದ್ರ – Bee Farming, ಜೇನು ಕೃಷಿ ಕೇಂದ್ರ – Apiaries- ಸ್ಥಾಪನೆ

ಆಗಿವೆ ಜೇನು ತುಪ್ಪದ ಗುಣ,ಸಸ್ಯ ಸಂಪತ್ತು(pasturage).,ಹೂಗಳ ಮೇಲೆ ಆವಲಂಬನ ಆಗಿರುವುದು

ರುಚಿ ಹೂಗಳ ಆವಲಂಬನ ಆಗಿರುವುದು ಜೇನುತುಪ್ಪದ ಇಳುವರಿ ಒಂದು ವರ್ಷದಲ್ಲಿ 3 ರಿಂದ 4 ಸಾರಿ ಜೇನುತುಪ್ಪವನ್ನು ಪಡೆಯಬಹುದು

ಇಟಲಿ ತಳಿ ಹೆಚ್ಚು ವಾಣಿಜ್ಯ-ಉಪಯೋಗಿ. ಕಡಿಮೆಕುಟುಕುತ್ತವೆ, ಹೆಚ್ಚುಕಾಲ ನೆಲಸಿ,ಸಂತಾನೋತ್ಪತ್ತಿ ಮಾಡುವುವು ಈ ಗುಣಗಳಿಂದ ಇಟಲಿ ತಳಿಗಳು ವಾಣಿಜ್ಯ-ಉಪಯೋಗಿ.

ಜೇನು ಗೂಡಿನಲ್ಲಿರುವ ಮೇಣವನ್ನು ಅನೇಕ ಕಾರ್ಯಗಳಿಗೆ ಉಪಯೋಗಿಸುತ್ತಾರೆ. ರೈತರಿಗೆ ಹೆಚ್ಚು ಲಾಭ ಬರುವುದು.

ಇದು ತಿಳಿಯಿರಿ ಜೇನುಹುಳುಗಳು ಸಾಮೂಹಿಕ -colony – ಜೀವಿಗಳು ಗೂಡನ್ನು ಜಿಗಟು ಮೇಣದಿಂದ ಮಾಡಿಕೊಳ್ಳುತ್ತವೆ

ಜೇನು 32 ಕ್ರೋಮೋಸೋಮ್ ಹೊಂದಿದ್ದರೆ, ಗಂಡು ಜೇನು 16 ಕ್ರೋಮೋಸೋಮ್ ಹೊಂದಿರುತ್ತದೆ

ಡ್ರೋನ್ ಗಳು ಗಂಡು ಜೇನು, ರಾಣಿ -queen- ಜೇನು ಮೊಟ್ಟೆಯಿಡುವ ಹೆಣ್ಣು ಜೇನು, workers ಜೇನು ಹೆಣ್ಣು.

ಮಕರಂದ - NECTAR - ನ್ನು workers ಮತ್ತು ಡ್ರೋನ್ ಜೇನುಗಳು ಹೂ ಗಳಿಂದ ಹೀರಿಕೊಂಡು ತಂದು ಶೇಕರಿಸುವವು

ಹೆಣ್ಣು ಜೇನು-queen- ಸ್ವಲ್ಪ ದಪ್ಪನಾಗಿರುವುದು, ಮೊಟ್ಟೆಗಳನ್ನುಇಡುತ್ತದೆ, ಒಂದು ಗೂಡಿನಲ್ಲಿ ಒಂದೇ ರಾಣಿ

ಪ್ರಶ್ನೆಗಳು :

1. ವಾಣಿಜ್ಯ ದೃಷ್ಟಿಯಿಂದ ಜೇನು ತಳಿಗಳಲ್ಲಿ ಯಾವ ಗುಣಗಳಿರಬೇಕು?

2. ಸಸ್ಯಸಂಪತ್ತು ಹೇಗೆ ಜೇನುತುಪ್ಪ ಉತ್ಪಾದನೆಗೆ ಸಹಾಯ ಆಗುವುದು?

3. ಜೇನುಹುಳುಗಳಲ್ಲಿ ಎಷ್ಟು ಬಗೆ ಇವೆ?

4. ರಾಣಿ ಜೇನು ಒಂದು ಜೇನುಗೂಡಿನಲ್ಲಿ ಎಷ್ಟು ಇರುತ್ತವೆ?

5. ಜೇನುಗಳ ಆಯಸ್ಸು ಸರಾಸರಿ ಎಷ್ಟು ವಾರಗಳು?

6. ಡ್ರೋನ್ ಜೇನುಗಳ ಮುಖ್ಯ ಕೆಲಸವೇನು?

ಮೀನು ಉತ್ಪಾದನೆ - PRODUCTION OF FISH –CONCEPTS EXPLAINED.

ಮೀನು ಉತ್ಪಾದನೆ FISH PRODUCTION, ಪ್ರಾಣಿ ಪ್ರೋಟೀನ್ - ಅಗ್ಗದ ಆಕರ

ಉತ್ಪಾದನೆಯ ಮೂಲಗಳು ನೈಸರ್ಗಿಕ ಮೂಲ ಮತ್ತು ಮೀನು ಸಾಕಾಣಿಕೆ ಅಥವಾ ಮೀನು ಕೃಷಿಗಾರಿಕೆ

ಮೀನು ಉತ್ಪಾದನೆಯು ವಿವಿಧ ಜಾತಿಯ ಮಿನುಗಳನ್ನುಹೊಂದಿದೆ ಮೀನುಗಳು ಹುಟ್ಟುವುದು, ಬೆಳೆಯುವದು, ಸಂತಾನೋತ್ಪತ್ತಿ ಮಾಡುವುದು

ಅವುಗಳ ಜೀವನ ಚರಿತ್ರ ನೀರಿನಲ್ಲಿ ಮಾತ್ರ ಸಮುದ್ರದ ನೀರು ಅಥವಾ ಸಿಹಿ ನೀರು-ಕೆರೆ, ನದಿ, ಕೊಳ,ಮೊದಲಾದ ಪರಿಸರದಲ್ಲಿ

ಮೀನು ಕೃಷಿಗಾರಿಕೆ ಮಾಡಬಹುದು ಮೀನುಗಾರಿಕೆ - 2 ವಿಧ FISHIRIES –

2 TYPES (1) ಉಪ್ಪುನೀರಿನ ಮೀನುಗಾರಿಕೆ ಮತ್ತು (2) ಸಿಹಿ ನೀರಿನ ಮೀನುಗಾರಿಕೆ

ಸಮುದ್ರದ ಮೀನುಗಳನ್ನು ಉಪ್ಪುನೀರಿನ ಮೀನುಗಳು ಎಂದು ಕರಿಯುವರು.

ನದಿ, ಕೊಳ,ಮೊದಲಾದ ಪರಿಸರದಲ್ಲಿರುವ ಮೀನುಗಳನ್ನು ಸಿಹಿ ನೀರಿನ ಮೀನುಗಳು ಎಂದು ಕರಿಯುವರು

HILSA IS AN EXAMPLE OF MARINE FISH.

ROHU, CATLA AND COMMON CARP ARE THE FRESHWATER FISHES.

ಹಿಲ್ಸಾ ಒಂದು ಉಪ್ಪುನೀರಿನ ಮೀನು,

ರೋಹು, ಕಾಟ್ಲ,ಕ್ಯಾರ್ಪ್ ಸಿಹಿ ನೀರಿನ ಮೀನುಗಳು

ಸಮುದ್ರದ ಮೀನುಗಾರಿಕೆ ಸುಮಾರು 8000 ಕಿಲೋಮೀಟರ್ ಉದ್ದದ ಕರಾವಳಿ ಪರಿಸರ ಮತ್ತು ಆಳ

ಸಮುದ್ರ-ಆಕರಗಳು (RESOURCES)

ಜನಪ್ರಿಯ ಮೀನುಗಳಾದ ಪಾಂಫ್ರೆಟ್, ಮ್ಯಾಕರೇಲ್, ಟ್ಯೂನಾ, ಸಾರ್ಡಿನ, ಬಾಂಬೆ ಡಕ್ ಲಭ್ಯ.

ಸ್ಯಟಲೈಟ್ ಮತ್ತು ಶಬ್ದ ಪ್ರತಿಫಲನ ವಿಧಾನಗಳ ಸಮಾಚಾರ ವಿಶ್ಲೇಷಣೆಯಿಂದ, ದೋಣಿಗಳು, ಬಲೆಗಳನ್ನು ಉಪಯೋಗಿಸಿ ಮೀನುಗಳನ್ನು ಹಿಡಿಯುತ್ತಾರೆ.

ಇಳುವರಿಯನ್ನು ಹೆಚ್ಚಿಸಲು ವೈಜ್ಞಾನಿಕ ವಿಧಾನಗಳನ್ನು ಬಳಸುತ್ತಾರೆ.

ಹೆಚ್ಚು ವಾಣಿಜ್ಯ ಮೌಲ್ಯ ಇರುವ ಮೀನುಗಳನ್ನು ಸಮುದ್ರದ ನೀರಿನಲ್ಲಿ ಕೃಷಿ ಮಾಡುವರು. ಮ್ಯೂಲೆಟ್ಸ್, ಪಲ್ಸ್ನ್ಟ್ಸ್, ಭೇಟ್ಕ, ಸೀಗಡಿ, ಮಸಲ್, ಆಯಿಸ್ಟರ್, ಚಿಪ್ಪು ಮೀ, ಆಯಿಸ್ಟರ್ನುಗಳನ್ನು ಕೃಷಿ ಮಾಡುವರು

ಒಳನಾಡು ಮೀನುಗಾರಿಕೆ ಮುಖ್ಯವಾದ ಆಕರಗಳು - SOURCES, --- -ಕಾಲುವೆಗಳು, ಕೆರೆಗಳು, ಜಲಾಶಯಗಳು,

ನದಿಗಳು- ಸಿಹಿನೀರಿನ ಒಳನಾಡು ಆಕರಗಳು -SOURCES.

ಲಗೂನ್- ಉಪ್ಪಾಗಿರುವ ಕೆಸರು - BRAKISH - ನೀರು.

ಅಳುವೆಗಳು - ESTURIES- ಸಮುದ್ರದ ಮತ್ತು ಸಿಹಿ ನೀರು ಮಿಶ್ರವಾಗುವ ಸ್ಥಳ.

INTENSIVE FISH FARMING

ಸಂಯುಕ್ತ ಮೀನು ಕೃಷಿ - ಮೀನು ಕೃಷಿಯನ್ನು ಭತ್ತದ ಗದ್ದೆಯಲ್ಲಿ ಮಾಡುವ ವಿಧಾನ.

5 ಅಥವಾ 6 ಪ್ರಭೇಧಗಳನ್ನು-SPECIES- ಉತ್ಪಾದನೆ ಮಾಡಬಹುದು. ಆಹಾರಕ್ಕಾಗಿ ಪೈಪೋಟಿ ಇರುವ ಮೀನುಗಳನ್ನು ಉಪಯೋಗಿಸುವರು. ಕಾಟ್ಲಾ ಮೀನುಗಳು, ಕೊಳದ ನೀರಿನ ಮೇಲ್ಕ್ವ ಆಹಾರ,

ರೋಹು ಮೀನುಗಳು ಕೊಳದ ಮಧ್ಯದ ಆಹಾರ,

ಮ್ರಿಗ್ಯಾಲ್ ಮತ್ತು ಕಾರ್ಪ್ ಜಾತಿಗಳು ಕೊಳದ ತಳಭಾಗದ ಆಹಾರವನ್ನು ಸೇವಿಸುತ್ತವೆ.

ಮೀನು ಕೃಷಿ ಮತ್ತು ಸಮಸ್ಯೆಗಳು

ಕೆಲವು ಜಾತಿಯ ಮೀನುಗಳು ಮುಂಗಾರಿನ ಸಮಯದಲ್ಲಿ ಮಾತ್ರ ಸಂತಾನೋತ್ಪತ್ತಿ. ಉತ್ತಮ ಗುಣಮಟ್ಟದ ಮೀನುಮೊಟ್ಟೆಗಳ ಸಂಗ್ರಹಣ,

ಆದರೆ ವೈಜ್ಞಾನಿಕ ವಿಧಾನಗಳಿಂದ ಪರಿಹಾರವಿದೆ. ರೋಗಗಳ ಕಾಟ ಕಾಪಾಡುವಿಕೆ ಮೀನು-

ಮೀನುಗಳು ಅನೇಕ ಜೀವಿಗಳಿಗೆ ಆಹಾರ ವಸ್ತು ನೀರಿನಲ್ಲಿವಾಸಮಾಡುವ ಈ ಜೀವಿಗಳ ಜೀವನ ಯಾತ್ರ ಬಹಳ ಕುತೂಹಲವಾಗಿರುವುದು

ಇವುಗಳ ಆಯಸ್ಸು ಸುಮಾರು 4 ರಿಂದ 5 ವರ್ಷಗಳು, ಆದರೆ ಕೆಲವು ಸಾಕುಮೀನುಗಳು 20 ವರ್ಷ ಬದುಕಿರಬಹುದು ಇವುಗಳಲ್ಲಿ, ಗಂಡು(MALE), ಹೆಣ್ಣು (FEMALE) ಮತ್ತು

ದ್ವಿಲಿಂಗಿಗಳು (HERMAPHRODITE) ಇರುತ್ತವೆ ಹೆಣ್ಣು ಮೀನು ಸುಮಾರು 1000(ಸಾವಿರ) ದಿಂದ 300,000 (ಸಾವಿರ) ಮೊಟ್ಟೆಗಳನ್ನು ಇಡುತ್ತವೆ. FERTILIZATION-ಗರ್ಭ ಕಟ್ಟುವಿಕೆ ದೇಹದ ಹೊರಗೆ ಆಗುವುದು,

ಕೆಲವು ಜಾತಿ ಮರಿಗಳನ್ನು ಬಾಯಿಯಲ್ಲಿ ಬೆಳೆಸುತ್ತವೆ. ಪರಿಸರದ ಗುಣಗಳ ಮೇಲೆ ಎಸ್ಟು ಮರಿಗಾಳಾಗುತ್ತವೆ ಎಂದು ಹೇಳುವುದು ಕಷ್ಟ. ಮೀನು ಜೀವನದ ಬಗ್ಗೆ ಕಲಿಯಲು ಮತ್ತು AQARIUM ಇಡುವುದರ ಬಗ್ಗೆ ಪ್ರಯತ್ನ ಮಾಡಿ

ತುಂಬಾ ಆಶ್ಚರ್ಯ ಸಂಗತಿಗಳು GOOGLE ನಲ್ಲಿ ಮೀನಿನ ಬಗ್ಗೆ ಸಿಗುವುದು

ಪ್ರಶ್ನೆಗಳು

1. ಮೀನುಗಳ ಕೃಷಿ ಎಂದರೇನು?.

2. ಮೀನುಗಳ ಕೃಷಿ ಆಕರಗಳು ಯಾವುವು?

3. ಸಮುದ್ರದ ಮೀನುಗಳು ನದಿನೀರಿನಲ್ಲಿಸಂತಾನೋತ್ಪತ್ತಿ ಮಾಡುವುದಾ?

4. 5 ಜಾತಿ ತಿನ್ನುವ ಮೀನುಗಳ ಹೆಸರನ್ನು ಪಟ್ಟಿಮಾಡಿ.

5. ಸಂಯುಕ್ತ ಮೀನು ಕೃಷಿ ಎಂದರೇನು?

6. ಪ್ರಪಂಚದಲ್ಲಿ ಮೀನುಗಳ ಬಳಿಕೆ ಆಹಾರಕ್ಕೆ, ಸಂತೋಷಕ್ಕೆ, ಹವ್ಯ

ಕೋಳಿಸಾಕಾಣಿಕೆ POULTRY FORMING CONCEPTS EXPLAINED

ಕೋಳಿಸಾಕಾಣಿಕೆ POULTRY FORMING ಸುಧಾರಿತ ತಳಿಗಳು ಕೋಳಿ ಸಾಕಾಣಿಕೆ - ವಸತಿ, ಪೋಷಣೆ,ಆರೋಗ್ಯ ಕಾಪಾಡುವಿಕೆ , ಪರಿಸರ - ಸ್ವಚ್ಛ, ನೈರ್ಮಲ್ಯ , ಆಹಾರ - ಜೀವಸತ್ವ, ಕೊಬ್ಬು,ಪ್ರೋಟೀನ್ ಇರಬೇಕು ಸೋಂಕು ನಿವಾರಾಣ ಕ್ರಮಗಳು,ಲಸಿಕೆ ಉತ್ತಮ ನಿರ್ವಹಣಾ ಕ್ರಮ ವೈಜ್ಞಾನಿಕ, ವೈದ್ಯರ ಸಹಾಯ

ಉತ್ಪಾದನೆ - LAYERS - ಸುಧಾರಿತತಳಿ ತಳಿ - ಮೊಟ್ಟೆಗಳು -ಉತ್ಪಾದನೆ

BROILERS -- ಸುಧಾರಿತತಳಿ - ಮಾಂಸ - - ಉತ್ಪಾದನೆ

ಸುಧಾರಿತತಳಿಗಳು ಸಂಕರ - HYBRIDISATION- ವಿಧಾನದಿಂದ ಮಾಡುವರು

ಭಾರತೀಯ ತಳಿ - ಅಸೀಲ್-ASIL ವಿದೇಶಿಯತಳಿ - LEGHORN-ಲೆಗ್ಹಾರನ್ ಸಂಕರ ದಿಂದ ಆಪೇಕ್ಷಿತ ಗುಣಗಳನ್ನು ಪಡೆಯಬಹುದು

ಬ್ರಾಯಿಲರ್ - BROILER- ಬ್ರಾಯಿಲರ್ - ಅಂದರೆ ಮಾಂಸಕ್ಕಾಗಿ ವೃದ್ಧಿಪಡಿಸಿದ ಕೋಳಿಗಳು

A BROILER IS ANY CHICKEN THAT IS BRED AND RAISED SPECIFICALLY FOR MEAT PRODUCTION.

ಕಡಿಮೆ ಸಮಯದಲ್ಲಿ ಹೆಚ್ಚು ಮಾಂಸವನ್ನು ಬೆಳಸಿಕೊಳ್ಳುವ ತಳಿಗಳನ್ನು ಸಂಕರ ವಿಧಾನದಿಂದ ಮಾಡುವರು

ಲೆಯರ್ಸ್ ಕೋಳಿಗಳು

LAYER CHICKENS ARE SUCH A SPECIAL SPECIES OF HENS, WHICH NEED TO BE RAISED FROM WHEN THEY ARE ONE DAY OLD. THEY START LAYING EGGS COMMERCIALLY FROM 18-19 WEEKS OF AGE.

ಲೆಯರ್ಸ್ ಕೋಳಿಗಳು ವಿಶೇಷ ತಳಿಗಳು, ಒಂದು ದಿನದ ಮರಿಯನ್ನು ಪೋಡಿಸಬೇಕು, ಆರೀತಿ ಬೆಳೆದ ಕೋಳಿಗಳು 18-19 ವಾರಗಳಲ್ಲಿ ವಾಣಿಜ್ಯಕ್ಕೆ ಬೇಕಾಗುವ ಮೊಟ್ಟೆಗಳನ್ನು ಉತ್ಪಾದನೆ ಮಾಡುತ್ತವೆ, ಈ ತಳಿಗಳನ್ನು ಸಂಕರ ವಿಧಾನದಿಂದ ಉತ್ಪತ್ತಿ ಪಾಡುತ್ತಾರೆ. ಕೇವಲ ಮೊಟ್ಟೆಗೋಸ್ಕರ ಈ ಕೋಳಿಗಳು ಇರುತ್ತವೆ. ಮೊಟ್ಟೆಗಳು - ಉತ್ಪಾದನೆ ದಿನಕ್ಕೆ ಒಂದು ಮೊಟ್ಟೆಯನ್ನು ಕೊಡುತ್ತದೆ.

ಕೋಳಿಯ ಜೀವನ ಸುಮಾರು 5 ರಿಂದ 6 ವರ್ಷ ಒಂದು ವರ್ಷದಲ್ಲಿ ಸುಮಾರು 265 ಮೊಟ್ಟೆಗಳು.

ಒಟ್ಟಿನಲ್ಲಿ ಸುಮಾರು 560 ಮೊಟ್ಟೆಗಳನ್ನು ಅದರ ಜೀವನದಲ್ಲಿ ಉತ್ಪತ್ತಿ ಮಾಡುವುದು, ವಯಸ್ಸು ಜಾಸ್ತಿ ಆಗುವಾಗ ಮೊಟ್ಟೆ ಇಡುವ ಸಾಮರ್ಥ್ಯಕಡಿಮೆ ಆಗುವುದು.

ಕೋಳಿಯ ಗರ್ಭ ಕೋಶದಲ್ಲಿ ಸಾವಿರಾರು FOLLICLES ಇರುತ್ತವೆ, ಅಲ್ಲಿಂದ INFUNDIBULUM ಗೆ ಬರುವುವು,ಹೀಗೆ ಬೇರೆ ಬೇರೆ ಕಡೆಗಳಲ್ಲಿ ಸಣ್ಣ ಸಣ್ಣ ಗಾತ್ರದ ಮೊಟ್ಟೆ OVIDUCT ನಾಳದಲ್ಲಿ ಪ್ರಯಾಣ ಮಾಡಿ, CLOACA ಎಂಬ ಭಾಗಕ್ಕೆ ಬರುವ ಸಮಯದಲ್ಲಿ ಮೊಟ್ಟೆಯೊಳಗೆ YOLK,WHITE ಮತ್ತು ಹೊರ ಕವಚ ಲೇಪನೆ ಯಾಗಿ ಸೊಮಾರು 20 ಗಂಟೆಗೆ ದೇಹದಿಂದ ಹೊರಕ್ಕೆ ಬರುವುದು

ಆಪೇಕ್ಷಿತ ಗುಣಗಳು ಕೋಳಿಮರಿಗಳ ಹೆಚ್ಚು ಸಂಖ್ಯೆ ಮತ್ತು ಒಳ್ಳೆಯ ಗುಣಗಳು

ಕುಬ್ಜ - DWARF - ಬ್ರಾಯಿಲರ್ ಪೋಷಕ ಕೋಳಿಗಳಿಂದ - ವಾಣಿಜ್ಯ ಸಾಧನೆ ಅಧಿಕ ಬಿಸಲಿಗೆ ಹೊಂದಿಕೊಳ್ಳುವ ಸಾಮರ್ಥ್ಯ ಕಡಿಮೆ ನಿರ್ವಹಣೆ ವೆಚ್ಚ, ಸಮಯ ಕೃಷಿ ಮಾಡಿದ ಆಹಾರ ಬಳಿಕೆ, ನಾರಿನಾಂಶದ ಆಹಾರ ತಿನ್ನುವಿಕೆ, ಇವುಗಳಿಂದ ಕೊಳಿಗಳ ಗಾತ್ರ ಕಡಿಮೆ ಈ ರೀತಿಯ ಆಹಾರ ತಿಂದು ಅತಿಹೆಚ್ಚು ಪ್ರೋಟೀನ್ ಗಳನ್ನಾಗಿ ಪರಿವರ್ತಿಸುವ ಸಾಮರ್ಥ್ಯ.

ಪ್ರಶ್ನೆಗಳು

1. ಬ್ರಾಯಲರ್ ಕೋಳಿಗಳು ಎಂದರೇನು?

2. ಲೇಯರ್ಸ್ ಕೋಳಿಗಳು ಎಂದರೇನು?

3. ಕೋಳಿಗಳ ತಳಿಗಳ ಹೆಸರನ್ನು ತಿಳಿಸಿ

4. ಪೌಲ್ಟ್ರೀ ಫಾರ್ಮ್ ನಿರ್ವಹಣೆ ತಿಳಿಸಿ

5. ಒಂದು ದಿನದಲ್ಲಿ ಎಷ್ಟು ಮೊಟ್ಟೆಒಂದು ಕೋಳಿ ಕೊಡುವುದು?

ಪಶುಸಂಗೋಪನೆ - ANIMAL HUSBANDRY CONCEPTS EXPLAINED

ಜಾನುವಾರುಗಳ ವೈಜ್ಞಾನಿಕ ನಿರ್ವಹಣೆ ಪೋಷಣೆ, ಸಂತಾನೋತ್ಪತ್ತಿ, ರೋಗ ನಿಯಂತ್ರಣ,

ಆಹಾರಕ್ಕೆ ಸಂಬದಿಸಿದ ಪ್ರಾಣಿಗಳ, ವಸ್ತುಗಳ ಉತ್ಪಾದನೆ, ಶೇಕರಣೆ, ರಕ್ಷಣೆ, ಸಾಗಾಣಿಕೆ, ಮಾರಾಟ,

ಪ್ರಾಣಿ ಕೃಷಿ,

ಪ್ರಾಣಿ ಆಧಾರಿತ ಕೃಷಿಯಲ್ಲಿ ವಿವಿದ ಪ್ರಾಣಿಗಳ ಪೋಷಣೆಮಾಡುವುದು, ದನ,ಎಮ್ಮೆ, ಮೇಕೆ, ಕುರಿ, ಕೋಳಿ, ಮೀನು ಮೊದಲಾದ ಪ್ರಾಣಿಗಳನ್ನು ಸಾಕಿ,ಪೋಷಣೆಮಾಡಿ,ಆಹಾರಕ್ಕಾಗಿ ಮಾರಾಟ ಮಾಡುವುದು.

 ಹಾಲು, ಮೊಟ್ಟೆ, ಮಾಂಸ ಈ ರೀತಿಯ ಆಹಾರದ ವಸ್ತುಗಳ ಬೇಡಿಕೆ, ಉಪಯೋಗ ಜಾಸ್ತಿಯಾಗಿದೆ,

ಪಶು ಸಂಗೋಪನೆ ಸುಧಾರಣೆ,– ಜಾನುವಾರುಗಳನ್ನು ಮಾನವೀಯತೆಯಿಂದ ಸಾಕುವಬಗ್ಗೆ ಹೊಸ ರೀತಿ ಮತ್ತು ನೀತಿಗಳನ್ನು ಪಾಲಿಸಬೇಕಾಗಿದೆ

ಸುಧಾರಿತ ವೈಜ್ಞಾನಿಕವಾಗಿ ವಿಧಾನಗಳನ್ನು ರೈತರು ಪಾಲಿಸಬೇಕಾಗುವುದು

ವೈದ್ಯರು, ವಿಜ್ಞಾನಿಗಳ ಸಲಹೆ ಪಡೆಯಬೇಕಾಗುವುದು

ಮಾನವೀಯತೆಯಿಂದ ಸಾಕುವಬಗ್ಗೆ, ಸ್ವಚ್ಛತೆ, ವಸತಿ, ಆರೋಗ್ಯ ತಪಾಸಣೆ, ವೈದ್ಯರು-ವಿಜ್ಞಾನಿಗಳ ಸಲಹೆ, ಪಶುಗಳ ಮೈಮೇಲೆ ಗಮನ, ಹೈನುಗಾರಿಕೆ ಕ್ರಮಗಳಲ್ಲಿ ಸ್ವಚ್ಛತೆ,ಪೋಷಾಕಾಂಶ ಹೊಂದಿರುವ ಆಹಾರ,

ಹಾಲು ಉತ್ಪಾದನಾ ಸಮಯದಲ್ಲಿ ಸರಿಯಾದ ವೈದ್ಯರು ಹೇಳಿದ ಆಹಾರ ರೋಗ, ಹುಳುಗಳು, ಬ್ಯಾಕ್ಟೀರಿಯ, ವೈರಸ್ ಗಳಿಂದ ರಕ್ಷಿಸಲು ಚುಚ್ಚು ಮದ್ದಿನ ಆವಶ್ಯಕತೆ

ಪಶು ಆಸ್ಪತ್ರೆ, ಪಶು ವೈದ್ಯರುಗಳ ಸಃಹಾಯ ಸಲಹೆ ಪಡಿಯುವುದು.

ದನಗಳ ಸಾಕಾಣಿಕೆ,ಪಶುಸಂಗೋಪನೆಯನ್ನು (CATTLE FARMING) 2 ಉದ್ದೇಶಗಳಿಗೆ ಮಾಡುವರು,

1 ಹಾಲು ಉತ್ಪಾದನೆ,

2 ಬರಡು (draught) ಕಾರ್ಯ

ಪ್ರಮುಖ ಪಶುಗಳ ಜಾತಿ ಬಾಸ್ ಇಂಡಿಕಸ್- ಹಸುಗಳು, ಬಾಸ್ ಬುಬಾಲಿಸ್- ಎಮ್ಮೆಗಳು ಹಾಲು ಉತ್ಪಾದಕ, ಹೆಣ್ಣು ಪಶುಗಳಿಗೆ ಹೈನು (diary) ಪ್ರಾಣಿ ಎನ್ನುವರು, ಕೃಷಿ ಕಾರ್ಯಗಳಿಗೆ ಉಪಯೋಗಿಸುವ ಪಶುಗಳನ್ನು ಬರಡು (draught) ಪ್ರಾಣಿಗಳು ಎನ್ನುವರು ಪಶು ತಳಿಗಳು, ವಿದೇಶಿ ತಳಿಗಳು- ಜೆರ್ಸಿ, ಬ್ರೌನ್ ಸ್ವಿಸ್ ಉದಾಹರಣೆ.

ಹಾಲು ಉತ್ಪಾದನೆಗೆ ದೇಶಿ-ಸ್ಥಳೀಯ ತಳಿ- ಕೆಂಪು ಸಿಂಧಿ, ಸಾಹಿವಾಲ್ ಉದಾಹರಣೆ.

ರೋಗ ನಿರೋಧಕತೆಗೆ ಈ ತಳಿಗಳ ಸಂಕರ ದಿಂದ -hybridization.ಅಪೇಕ್ಷಿತಗುಣಗಳ ಹೊಸತಳಿಗಳನ್ನು ಪಡೆಯುವರು

ಪ್ರಶ್ನೆಗಳು

1. ಮಾನವೀಯತೆಯಿಂದ ಪ್ರಾಣಿಗಳನ್ನು ಸಾಕುವಬಗ್ಗೆ -ಕೆಲವು ಅಂಶಗಳನ್ನು ತಿಳಿಸಿ

2. ಜಾನುವಾರುಗಳ ವೈಜ್ಞಾನಿಕ ನಿರ್ವಹಣೆಯನ್ನು ವಿವರಿಸಿ.

3. ಪಶುಸಂಗೋಪನೆಯನ (CATTLE FARMING)

4. 2 ಉದ್ದೇಶಗಳು ಯಾವುವು?

5. ಹೈನು ಗಾರಿಕೆ ಎಂದರೇನು?

6. ಬರಡು (draught) ಪ್ರಾಣಿಗಳು ಎಂದರೇನು?

ಚುನಾವಣಾ ಆಯೋಗ - ELECTION COMMISSION, CONCEPTS EXPLAINED

ಭಾರತದ ಚುನಾವಣಾ ವ್ಯವಸ್ಥೆ,, ಚುನಾವಣಾ ಆಯೋಗದ ರಚನೆಕೆಲವು ಅಂಶಗಳು

ಭಾರತ 1947 ರಲ್ಲಿ ಬ್ರಿಟಿಷ್ ಚಕ್ರಾಧಿಪತ್ಯದಿಂದ ಮುಕ್ತವಾಗಿ ಸ್ವಾತಂತ್ರ ಭಾರತ ಆಯಿತು

1949 ರಲ್ಲಿ ಭಾರತದ ಸಂವಿಧಾನ INDIAN CONSTITUTUION ಜಾರಿ ಆಯಿತು.

ಜನವರಿ 26 1950 REPUBLIC OF INDIA-ಭಾರತ ಗಣರಾಜ್ಯ ಆಯಿತು. ಗಣರಾಜ್ಯ ಅಂದರೆ ದೇಶದ ಪ್ರಜೆಗಳನ್ನುಆಳುವ ಸರ್ಕಾರವನ್ನು ನಿರ್ಧರಿಸುವ ಶಕ್ತಿ ಅಂತಿಮವಾಗಿ ಅದೇ ಪ್ರಜೆಗಳ ಕೈಯಲ್ಲಿ ಇರುವ ಸರ್ಕಾರವ.

ಭಾರತವು ಪ್ರಜಾಪ್ರಭುತ್ವವನ್ನುಹೊಂದಿದೆ. ಚುನಾವಣೆಗಳ ಮೂಲಕ ಪ್ರತಿನಿಧಿಗಳನ್ನು ಆಯ್ಕೆ ಮಾಡಿ ಕೇಂದ್ರ ಹಾಗು ರಾಜ್ಯಸರ್ಕಾರ ರಚನೆ, ಆಡಳಿತ ಆಗುವುದು.

ಚುನಾವಣಾ ಆಯೋಗ, ಚುನಾವಣಾ ವ್ಯವಸ್ಥೆಯ ಪ್ರಕ್ರಿಯೆ, ಮಾಧ್ಯಮ ಮತ್ತು ಪ್ರಜಾಪ್ರಭುತ್ವ ರಾಜಕೀಯ ಪಕ್ಷಗಳು ಸರ್ಕಾರಗಳ ರಚನೆ.

1951 ರಲ್ಲಿ ಮೊದಲನೆಯ ಚುನಾವಣೆ- 2009 ರಲ್ಲಿ 15ನೇ ಚುನಾವಣೆ-, 2024 ರಲ್ಲಿ 18 ನೇ ಚುನಾವಣೆ

ಪ್ರಜಾಪ್ರಭುತ್ವದಲ್ಲಿ ಚುನಾವಣೆ ಎಂದರೇನು?

ಚುನಾವಣೆ ನಡೆಸುವುದು, ಚುನಾವಣೆ ಮೇಲ್ವಿಚಾರಣೆ, ಚುನಾವಣೆ ನಿರ್ದೇಶನ, ಮತ್ತು ಚುನಾವಣೆ ನಿಯಂತ್ರಣ, ಅಗತ್ಯ. ಇವುಗಳನ್ನು ಯಾರು ಮಾಡುವರು?

ಚುನಾವಣಾ ಆಯೋಗ ಈ ಕಾರ್ಯಗಳನ್ನು ನಿರ್ವಹಿಸುವುದು.

ಸಂವಿಧಾನದ XV ನೇ ಭಾಗದಲ್ಲಿ 324 ರಿಂದ 329 ರ ವಿಧಿಗಳಲ್ಲಿ ಚುನಾವಣಾ ಆಯೋಗ ರಚನೆ ತಿಳಿಸಲಾಗಿದೆ.

ಇದು ಅಖಿಲ ಭಾರತದ ಸಂಸ್ಥೆ..

ಕೇಂದ್ರ ಸರ್ಕಾರ ಹಾಗೂ ರಾಜ್ಯಗಳ ಚುನಾವಣೆಯ ಜವಾಬ್ದಾರಿ ಹೊಂದಿದೆ.

ಸ್ಥಳೀಯ ಚುನಾವಣೆಯನ್ನು ರಾಜ್ಯ ಚುನಾವಣಾ ಆಯೋಗ ನಡೆಸುವುದು.

ಚುನಾವಣಾ ಆಯೋಗದ ರಚನೆ Structure of Election Commission

1950 ಜನವರಿ 25 ರಂದು ಚುನಾವಣಾ ಆಯೋಗದ ಸ್ಥಾಪನೆ.

ಮುಖ್ಯ ಚುನಾವಣಾ ಆಯುಕ್ತರನ್ನುನೇಮಿಸಿ, 1989ರಲ್ಲಿ ಸಂವಿಧಾನದ ತಿದ್ದುಪಡಿ ಮಾಡಿ ಮತದಾನದ ವಯಸನ್ನು 21 ರಿಂದ 18 ಕ್ಕೆಮಾಡಲಾಯಿತು..

ರಾಷ್ಟ್ರಪತಿಯವರು ಚುನಾವಣಾ ಆಯುಕ್ತರ ನೇಮಕ ಮಾಡುವರು.

ಮುಖ್ಯ ಚುನಾವಣಾ ಆಯುಕ್ತರ ಜೊತೆಗೆ ಇಬ್ಬರು ಚುನಾವಣಾ ಆಯುಕ್ತರನ್ನು ನೇಮಿಸಬಹುದು

ಒಟ್ಟು3 ಚುನಾವಣಾ ಆಯುಕ್ತರು ಸಮಾನ ಅಧಿಕಾರ ಹೊಂದಿರುವರು.1993.

ಈ ಆಯೋಗವು ರಾಷ್ಟ್ರಪತಿ, ಉಪ ರಾಷ್ಟ್ರಪತಿ, ರಾಜ್ಯಸಭೆ, ಲೋಕಸಭೆ, ವಿಧಾನ ಪರಿಷತ್ತು, ವಿಧಾನಸಭೆ ಚುನಾವಣೆಗಳನ್ನು ನಡೆಸಬಹುದು. ಚುನಾವಣಾ ದಿನಾಂಕ, ಚುನಾವಣೆ, ಫಲಿತಾಂಶ ಎಲ್ಲದರಮೇಲು ಅಧಿಕಾರಹೊಂದಿದೆ.

ನೀತಿ ಸಂಹಿತೆಯ ಚೌಕಟ್ಟಿನಲ್ಲಿ ಈ ಕಾರ್ಯಗಳನ್ನುಮಾಡಬೇಕು. ರಾಷ್ಟ್ರದ ಚುನಾವಣೆಯ ಚಟುವಟಿಕೆಗಳನ್ನು ರಾಷ್ಟ್ರಪತಿಯವರ ಅನುಮತಿಯಂತೆ ಆಯಾ ರಾಜ್ಯದ ಸಿಬ್ಬಂದಿಯನ್ನು ಉಪಯೋಗಿಸಿ ಚುನಾವಣೆ ಪ್ರಕ್ರಿಯೆಗಳನ್ನು ಮಾಡಬೇಕು.

ಪ್ರತಿ ರಾಜ್ಯ(STATE) ಆ ರಾಜ್ಯದ ಚುನಾವಣಾ ಆಯುಕ್ತರನ್ನು ಹೊಂದಿರುತ್ತದೆ,

ರಾಜ್ಯಪಾಲರು ಚುನಾವಣಾ ಆಯುಕ್ತರನ್ನು ನೇಮಕಮಾಡುವರು.

ಚುನಾವಣಾ ಕ್ಷೇತ್ರಗಳುCONSTITUENCIES

ಇಡೀ ದೇಶ ಮತ್ತು ರಾಜ್ಯಗಳನ್ನುಜನಸಂಖ್ಯೆಯ ಆಧ್ಲಾರದಮೇಲೆ ಚುನಾವಣಾ ಕ್ಷೇತ್ರಗಳಾಗಿ- CONSTITUENCIES- ಮಾಡಲಾಗಿದೆ.

ಚುನಾವಣಾ ಕ್ಷೇತ್ರಗಳಲ್ಲಿ ಎರಡು ವಿಧ- ಲೋಕಸಭಾ ಕ್ಷೇತ್ರ ಮತ್ತು ವಿಧಾನಸಭಾ ಕ್ಷೇತ್ರ.

MP -Member of Parliment- ಲೋಕಸಭಾ ಕ್ಷೇತ್ರ ದಿಂದ ಚುನಾಯಿತಗೊಳ್ಳುವರು

MLA-Member of Legislative Assembly- ವಿಧಾನಸಭಾ ಕ್ಷೇತ್ರದಿಂದ ಚುನಾಯಿತಗೊಳ್ಳುವರು.

ಮೀಸಲು ಚುನಾವಣಾ ಕ್ಷೇತ್ರಗಳಲ್ಲಿ ಪರಿಶಿಷ್ಟಜಾತಿ-Scheduled Caste ಮತ್ತು ಪರಿಶಿಷ್ಟವರ್ಗದ ಅಭ್ಯಾರ್ತಿಗಳನ್ನು ಆಯ್ಕೆಮಾಡಲು ಅವಕಾಶ ಇದೆ.

ನಮ್ಮರಾಷ್ಟ್ರದ-ರಾಜ್ಯಗಳು, 28\29 ರಾಜ್ಯಗಳು, 8\9 Union Territories, ಚುನಾವಣೆಗೆ ತಯಾರಾಗಬೇಕು

ಚುನಾವಣಾ ಆಯೋಗದ ಕಾರ್ಯಗಳು   ಮತದಾರರ ಪಟ್ಟಿಸಿದ್ಧಗೊಳಿಸುವುದು (Voters ಲಿಸ್ಟ್), ಅಧಿಸೂಚನೆ(ನೋಟಿಫಿಕೇಷನ್) ಅಭ್ಯಾರ್ತಿಗಳ ಉಮೇದುವಾರಿಕೆ (Nomination of Candidates)

ನಾಮಪತ್ರಗಳ ಪರಿಶೀಲನೆ (Scrutiny ಆಫ್ Nomination) ಉಮೇದುವಾರಿಕೆ ಹಿಂಪಡೆಯಲು ಪ್ರಕಟಣೆ,

ನೀತಿ ಸಂಹಿತೆ ಪರಿಪಾಲನೆಯ ಪರಿಶೀಲನೆ. ಮತದಾನದ ದಿನಾಂಕ-ಮತದಾನದ,

ಮತ ಯಂತ್ರ-ಮತಪತ್ರ ನೀಡುವಿಕೆ, ಚುನಾವನಾಧಿಕಾರಿ ನೇಮಕ., ಮತ ಎಣಿಕೆ,

ಫಲಿತಾಂಶ ಘೋಷಣೆ.

ಮತದಾರ ಮತದಾರರ ಪಟ್ಟಿಯನ್ನು ಚುನಾವಣಾ ಆಯೋಗವು ಸಿದ್ಧಪಡಿಸಿಕೊಳ್ಳುತ್ತದೆ

ಪ್ರತಿ ವರ್ಷವು ಪರಿಷ್ಕ್ರತಗೊಳ್ಳುತ್ತದೆ, ಆ ಸಮಯದಲ್ಲಿ 18 ವರ್ಷ ತುಂಬಿರುವವರ ಹೆಸರುಗಳನ್ನು ಪಟ್ಟಿಗೆ ಸೇರಿಸುತ್ತಾರೆ. ಮರಣ ಹೊಂದಿದವರ ಹೆಸರನ್ನುತೆಗೆದುಹಾಕುವರು.

PAN CARD - (Permanent Account Number), ADHAAR Card, ಗುರುತಿನ ಚೀಟಿ EPIC,(Election Commission Of India Identity Card) ಮತ ನೀಡುವಸಮಯದಲ್ಲಿ ಪರಿಶೀಲಿಸುತ್ತಾರೆ.

ನೀತಿ ಸಂಹಿತೆ - CODE OF CONDUCT - ಚುನಾವಣಾ ಸಮಯದಲ್ಲಿ ಬಿಡುಗಡೆ ಮಾಡುವ ಸೂಚನೆಗಳು,

ಲಕ್ಷ್ಣ ರೇಖಿಗಳು ಮೊದಲಾದ ವಿವರಣೆಯನ್ನು E C ತಿಳಿಸುವುದರಮೂಲಕ

ಚುನಾವಣಾ ಆಕ್ರಮಗಳನ್ನು, ರಾಜಕೀಯ ಒತ್ತಡವನ್ನು, ತಮ್ಮ ಹಿತಕ್ಕೆ ಉಪಯೋಗ ಮಾಡದ ಹಾಗೆ ಕೊಡುವ ಸೂಚನೆಗಳು. ಚುನಾವಣೆ ಶಾಂತಿಯುತವಾಗಿ ನಡೆಯಲು ಅಗತ್ಯವಾದ ಕ್ರಮಗಳ ಸೂಚನೆ ಮತ್ತು ಪ್ರಕ್ರಿಯೆ. ಕಾನೂನುಗಳನ್ನು ಘೋಷಣೆ ಕಾಡುವುದಕ್ಕೆ ನೀತಿ ಸಂಹಿತೆ ಎನ್ನುವರು

ಪ್ರಶ್ನೆಗಳು

1. ಮತದಾರರ ಪಟ್ಟಿಸಿದ್ಧಗೊಳಿಸುವುದು ಯಾರು?

2. ಚುನಾವಣಾ ಆಯೋಗದ ರಚನೆ ತಿಳಿಸಿ.

3. ಚುನಾವಣಾ ಆಯೋಗದ ಕಾರ್ಯಗಳ ಪಟ್ಟಿ ಮಾಡಿ.

4. ನೀತಿ ಸಂಹಿತೆ ಎಂದರೇನು?

5. ಎಷ್ಟು ವರ್ಷಗಳಿಗೊಮ್ಮೆಚುನಾವಣೆ ನಡೆಯುವುದು.

6. 2024 ರ ಚುನಾವಣೆಯಲ್ಲಿ ಎಷ್ಟನೇ ಲೋಕಸಭೆ ಆಗುವುದು.

7. EPIC ಎಂದರೇನು?

GREEN REVOLUTION-AGRONOMICS.

GREEN REVOLUTION. AGRONOMICS

HYV - HIGH YEILDING VARITIES OF SEEDS, FERTILIZERS, PESTICIDES, IMPROVRD AND MODERN IRRIGATION TECHNIQUES, ARE COLLECTIVELY KNOWN TO PRODUCE HIGH YEILDS PER ACRE THIS IS KNOWN AS GREEN REVOLUTION.

AGRONOMICS - DEALS WITH DISTRIBUTION, MANAGEMENT, PRODUCTIVITY, TECHONOGY.

FROM PLANT PRODUCTS: WE GET ENERGY - FOR WORK, PROTEINS FOR GROWTH, FATS FOR HEALTHY TISSSUES.

ALL CELLS REQUIRE VITAMINS AND MINERALS, CARBOHYDRATES, PROTEINS, FATS.

PLANT RESOURCES SUPPLY ALL THESE AS FOOD.

WHAT IS GREEN REVOLUTION? HOW IS THIS ACHIEVED?

1960-2004 DURING THIS PERIOD LAND FOR AGRI IMPROVED 25% BUT YIELD 4 TIMES.

3 STAGES FOR BETTER PRODUCTION

- CROP VARIETY IMPROVEMENT, CROP PRODUCTION IMPROVEMENT, CROP PROTECTION MANAGEMENT

SELECTING -GOOD BREED

DISEASE RESISTANCE, RESPONSE TO FERTILISERS, QUALITY YIELDS,

HIGH PRODUCTIVITY BREEDS APPROVED BY EXPERTS

WHAT IS HYBRIDISATION? WHAT IS GMP-GENETICALLY MODIFIED CROP?

CROSSING BETWEEN GENETICALLY DIFFERENT PLANTS, INTER- VARIETAL, INTER- SPECIFIC, INTER- GENERIC CROSSING.

WHAT IS MEANT BY QUALITY SEEDS/BREEDS?

HIGHER YIELD PER ACRE, IMPROVED QUALITY OF PRODUCES -PROTEIN RICH, PRESERVING QUALITY IN FRUITS, CHANGE IN MATURITY DURATION, WIDER ADAPTABILITY, DESIRABLE AGRONOMIC QUALITY.

QUESTIONS

1.   WHAT IS GREEN REVOLUTION?

2.   EXPLAIN HYBRIDISATION.

3.   WHAT IS GMP?

4.   WHAT DO YOU UNDERSTAND BY IMPROVED SEEDS?

5.   WHAT IS HIGH YEILD?

ಹಸಿರು ಕ್ರಾಂತಿ- GREEN REVOLUTION-ಬೆಳೆಯ ಇಳುವರಿಯನ್ನು ಹೆಚ್ಚಿಸುವುದು.

ನಮಗೆ ಆಹಾರದಿಂದ - ಶಕ್ತಿ (energy), ಬೆಳವಣಿಗೆಗೆ ಬೇಕಾಗುವ ಪ್ರೋಟೀನ್, ನಮ್ಮ ದೇಹದ ಆರೋಗ್ಯಕ್ಕೆ ಬೇಕಾದ ಕೊಬ್ಬು (fats), ದೇಹದ ಕಾರ್ಯಗಳಿಗೆ ಬೇಕಾಗುವVitamins -ಜೀವಸತ್ವಗಳು, ಖನಿಜಗಳು-minerals ಕಾರ್ಬೋಹೈಡ್ರೇಟ್, ಪ್ರೋಟೀನ್, ಕೊಬ್ಬು, ಜೀವಸತ್ವ, ಖನಿಜ ಎಲ್ಲವೂ ನಾವು ಸೇವಿಸುವ ಆಹಾರದಿಂದ ದೊರಕುವುದು

ನಮ್ಮಆಹಾರದ ವಸ್ತುಗಳು :ಸಸ್ಯ ಆಕರಗಳಿಂದ-PLANT RESOURCES

ಹಸಿರು ಕ್ರಾಂತಿ- ಏನು?ಇದು ಹೇಗೆ ಸಾಧ್ಯ?

1960-2004 ಈ ಅವದಿಯಲ್ಲಿ ಶೇ.25 ರಷ್ಟು ಕೃಷಿ ಭೂಮಿ ಹೆಚ್ಚಿದೆ, ಆದರೆ ಆಹಾರ ಧಾನ್ಯಗಳ ಉತ್ಪಾದನೆ 4 ಪಟ್ಟು ಹೆಚ್ಚಾಗಿದೆ.

3 ಹಂತಗಳಲ್ಲಿ ಹಸಿರು ಕ್ರಾಂತಿ- ಆಗಿದೆ - ಬೀಜಗಳ ಆಯ್ಕೆ-ಬಿತ್ತನಗೆ-ಬೆಳೆಯ ತಳಿ ಸುಧಾರಣೆ ಸಸ್ಯಗಳ ಪೋಷಣೆ - ಬೆಳೆ ಉತ್ಪಾದನೆಯ ನಿರ್ವಹಣೆ ಬೆಳೆಗಳನ್ನು, ಸಸ್ಯಗಳನ್ನು, ರಕ್ಷಿಸುವುದು-ಬೆಳೆ ರಕ್ಷಣೆ ನಿರ್ವಹಣೆ ಬೆಳೆಯ ತಳಿ

ಸುಧಾರಣ ಬೀಜಗಳ ಆಯ್ಕೆ-ಬಿತ್ತನಗೆ- ತಳಿಯ ಆಯ್ಕೆ-ಸುಧಾರಣೆ ರೋಗನಿರೋಧಕತೆ, ರಸಗೊಬ್ಬರಗಳಿಗೆ ಪ್ರತಿಕ್ರಿಯತೆ, ಉತ್ಪನ್ನಗಳ ಗುಣ, ಅಧಿಕ ಇಳುವರಿ, ಜೀವನಚರಿತ್ರೆ ಮಾರ್ಪಾಡು-ಮೊದಲಾದ ಗುಣಗಳನ್ನು ಹೊಂದಿರಬೇಕು.

ರೈತರಿಗೆ ಬೇಕಾದ ಸಸ್ಯ- ಗುಣಗಳನ್ನು ವೈಜ್ಞಾನಿಕವಾಗಿ ಮಾರ್ಪಾಡು ಮಾಡುವ ಅನೇಕ ವಿಧಾನಗಳನ್ನು ಬಳಸಿ ಕೊಂಡು ಸೃಸ್ಟಿಸುವ ಬೀಜ/ತಳಿಗಳೇ ಸುಧಾರಿತ ತಳಿ.

ಸಂಕರಣ (HYBRIDISATION)

GMO-genetically modified organism-ಮಾರ್ಪಾಡಾದ ವಂಶ ವಾಹಿನಿ ಕುಲಾಂತರಿ-GMP-genetically modified plant

ಸಂಕರಣ (HYBRIDISATION) -ಎಂದರೇನು? ಅನುವಂಶೀಯವಾಗಿ ವಿಭಿನ್ನವಾಗಿರುವ ಸಸ್ಯಗಳನ್ನುಅಡ್ಡಹಾಯಿಸುವುದು ಇದಕ್ಕೆಸಂಕರಣ (HYBRIDISATION) ಎಂದು ಕರೆಯುವರು.

ಈ ವಿಧಾನ- ಅಂತರ ತಳಿ,ಅಂತರ ಪ್ರಭೇದ, ಅಂತರ ಜಾತಿಯ ಸಸ್ಯಗಳಲ್ಲಿ ಸಾಧ್ಯವಿದೆ

ಕುಲಾಂತರಿ-GMP-genetically modified plant ಎಂದರೇನು?

Gene-ಅನುವಂಶಿಕತೆ-ಮಾರ್ಪಾಡು ಮಾಡುವುದು-ಹೊಸ gene ಗಳನ್ನು ಸೇರಿಸುವುದು ಅಥವಾ ಬೇಡವಾದ gene ಗಳನ್ನು ತೆಗಿದು ಹಾಕಿ ಹೊಸ ತಳಿ ಮಾಡುವುದು

ಹೊಸತಳಿಗಳ ಆಯ್ಕೆ ವಿಭಿನ್ನ ಹವಮಾನ, ಬೇರೆ ಬೇರೆ ಭೋಮಿ, ಎಲ್ಲಾಕಡೆ ಹೆಚ್ಚು ಇಳುವರಿ ಕೊಡಬೇಕು

ಎಲ್ಲಾ ಹವಾಮಾನಗಳಲ್ಲಿ ಮೊಳೆಯುವಂತಿರಬೇಕು

ರೋಗನಿರೋಧಿಕತೆ ಇರಬೇಕು ಹೆಚ್ಚು ಇಳುವರಿ /ಕಡಿಮೆ ಸಮಯ,ಈ ರೀತಿಯ ಸಸ್ಯದ ತಳಿಗಳಿಗೆ ಸುಧಾರಿತ ಎನ್ನುವರು

ಹಸಿರು ಕ್ರಾಂತಿಯಲ್ಲಿ ಸುಧಾರಿತ ಬೀಜಗಳನ್ನು ಉಪಯೋಗಿಸುವರು

ತಳಿ-ಅಂದರೆ ಮಾರ್ಪಾಡಾದ ಸಸ್ಯದ ಬೀಜ, ಸಸಿ, ಮೊದಲಾದ ಸಸ್ಯ ಸಂಬಧಿತ ಬಾಗಗಳು

ಕುಲಾಂತರಿ-ಅನುವಂಶಿಕತೆಯಲ್ಲಿ

gene modification ಸಂಕರಣ-hybridization- ಬೇರೆ ಬೇರೆ ರೀತಿಯಲ್ಲಿ ತಳಿಗಳನ್ನು ಪಡೆಯಬಹುದು

ತಳಿ ಸುಧಾರಣೆ- ಅಧಿಕ ಇಳುವರಿ ಪ್ರತಿ ಎಕರೆಯಲ್ಲಿ ಉತ್ಪಾದನೆ ಪ್ರಮಾಣ ಹೆಚ್ಚುವುದು

ಸುಧಾರಿತ ಗುಣಮಟ್ಟ- ಬೆಳೆಗಳಲ್ಲಿ ಗುಣಗಳನ್ನು ಹೆಚ್ಚಿಸುವ ಅಂಶ, ಅಧಿಕ ಪೋಷಕಾಂಶ, ಬಾಳಿಕೆ.

ಜೈವಿಕ ಮತ್ತು ಅಜ್ಯೆವಿಕ ಪ್ರತಿರೋಧಕತೆ - ರೋಗಗಳು, ಕೀಟಕಗಳಿಂದ ರಕ್ಷಿಸುವ ಗುಣ, ಹವಾಗುಣ ಒತ್ತಡವನ್ನು ನಿರ್ವಹಣೆ, ಪರಿಪಕ್ವತೆ ಅವಧಿ ಬದಲಾವಣೆ - ಬಿತ್ತನೆಯಿಂದ ಕೊಯ್ಲಿನವರೆಗೂ ಆವಧಿ -time- ಕಡಿಮೆ, ವರ್ಷದಲ್ಲಿ ಅನೀಕ ಇಳುವರಿ, ಬೆಳೆಗೆ ಬೇಕಾದ ಗುಣಗಳು - ಎತ್ತರ, ಕವಲು, ಗಿಡ್ಡತನ, ರುಚಿ, ಪೋಷಕಾಂಶ GMO ಮಾಡಿರುವ ತಳಿಗಳು

ಪ್ರಶ್ನೆಗಳು

1. ಹಸಿರು ಕ್ರಾಂತಿ ಎಂದರೇನು?

2. ಸಸ್ಯಗಳ ಸಂಕರಣ –ವಿವರಿಸಿ.

3. ಕುಲಾಂತರಿ ಸಸ್ಯ ಎಂದರೇನು?

4. ಸುಧಾರಿತ ತಳಿ ಎಂದರೇನು?

5. ಹೆಚ್ಚು ಇಳುವರಿ ಎಂದರೇನು?

ಆಹಾರ ಸಂಪನ್ಮೂಲಗಳ ಸುಧಾರಣೆ - MANAGING FOOD RESOURCES.

ಆಹಾರ ಸಂಪನ್ಮೂಲಗಳ ಸುಧಾರಣೆ /Managing Food Resources.

ಎಲ್ಲಾ ಜೀವಿಗಳಿಗೆ -ಸಸ್ಯಗಳು, ಪ್ರಾಣಿಗಳು, ಏಕಕೋಶ ಜೀವಿಗಳು, ಸೂಕ್ಷ್ಮ ಜೀವಿಗಳು -

ಆಹಾರ ಬೇಕು.

ಪ್ರೋಟೀನ್, ಕಾರ್ಬೋಹೈಡ್ರೇಟ್, fats-ಕೊಬ್ಬು, ವಿಟಮಿನ್ನಗಳು-vitamins, ಖನಿಜಗಳು-minerals -.

ಜೀವಿಗಳ ದೇಹದ ಬೆಳವಣಿಗೆ, ಶಕ್ತಿ, ಆರೋಗ್ಯ ಮೊದಲಾದ ಜೈವಿಕ ಕಾರ್ಯಗಳಿಗೆ.ಬೇಕೆ ಬೇಕು.

ಸಸ್ಯಗಳು ಮತ್ತು ಪ್ರಾಣಿಗಳು ಆಹಾರದ ಪ್ರಮುಖ ಆಕರಗಳು-sources ಆಫ್ all types of food.

ಆಹಾರವನ್ನು ಕೃಷಿ-agriculture, ಮತ್ತು ಪಶು ಸಂಗೋಪನೆ -animal husbandry ವಿಧಾನಗಳಿಂದ ಪಡೆಯುತ್ತೇವೆ.

ನಮ್ಮ ದೇಶದ ಜನಸಂಖ್ಯೆ ಹೆಚ್ಚುತ್ತಲೇ ಇದೆ. 100 crore 1 billion - ಗಿಂತ ಹೆಚ್ಚಾಗಿದೆ.

ಪ್ರತಿ ದಿನ, ಪ್ರತಿ ವರ್ಷ ಆಹಾರದ ಆವಶ್ಯಕತೆ ದ್ವಿಗುಣ ವಾಗಬಹುದು,

ಕೃಷಿ -agricultural- ಭೂಮಿ ಜಾಸ್ತಿಯಾಗಲು ಸಾಧ್ಯವಿಲ್ಲ.

ಕ್ರಮೇಣ ಕಡಿಮೆ ಆಗುತ್ತಿದೆ, ಕಾರಣ -Industry, urbanization, increasing demand for houses.

ಈ ಕಾರಣಗಳಿಂದಾಗಿ ನಮ್ಮ ಕೃಷಿ- agricultural, ಪಶು ಸಂಗೋಪನೆ - animal husbandry- ಉತ್ಪಾದನೆಯ ಸಾಮರ್ತ್ಯಗಳನ್ನು ದ್ವಿಗುಣ ಮಾಡುವ ವೈಜ್ಞಾನಿಕ ವಿಧಾನಗಳನ್ನು ಉಪಯೋಗಿಸುತ್ತಿದ್ದೇವೆ.-

Green revolution-ಹಸಿರು ಕ್ರಾಂತಿ, white revolution- ಹಾಲು ಕ್ರಾಂತಿ ನಮ್ಮ ಆಹಾರದ ಬೇಡಿಕೆಗಳನ್ನು ಪೂರೈಸಿವೆ.

ಈ ಕ್ರಾಂತಿ ಗಳ ಪರಿಣಾಮ ವಿವಿಧರೀತಿಯಲ್ಲಿ ನೈಸರ್ಗಿಕ ಸಂಪನ್ಮೂಲಗಳ ಆಕರಗಳ ಸಮತೋಲನ ವ್ಯತ್ಯಾಸ. ಕಾಡುಗಳ ನಾಶ, ಗಣಿಗಾರಿಕೆ, ಜಲ ಸಂಪನ್ಮೂಲಗಳ ಬದಲಾವಣೆ ಮೊದಲಾದ ಚಟುವಟಿಗಳು ಸಾಮತೋಲನವನ್ನು ಕೆಣಕಿವೆ,

ಇದರ ಪರಿಣಾಮವನ್ನು ನಾವು ನೋಡುತ್ತಲೇ ಇದ್ದೇವೆ.

ಕೇರಳ ಜಲ ಅಪಘಾತ ಒಂದು ಉದಾಹರಣೆ.

ಉತ್ಪಾದಿಸಿದ ಆಹಾರವನ್ನು, ರಕ್ಷಿಸುವುದು, ಸಂಗ್ರಹಣೆ, ಸಾಗಾಣಿಕೆ, ಹಂಚಿಕೆ ಮೊದಲಾದ ಕ್ರಿಯೆಗಳನ್ನು ಮಾಡಬೇಕು.

ನಮ್ಮ ದೇಶದ ಪ್ರಜೆಗಳು ಆರ್ಥಿಕ ಸಮಸ್ಯೆ ಹೊಂದಿದ್ದಾರೆ, ಬಡತನ ಜಾಸ್ತಿ,.

ಆದಾಯ ಜಾಸ್ತಿ ಆಗಬೇಕಾದರೆ ರೈತರು ಮತ್ತು ಕಾರ್ಮಿಕರು ವೈಜ್ಞಾನಿಕ ರೀತಿಯನ್ನು ಅನುಸರಿಸಬೇಕು, ವಿದ್ಯಾಭ್ಯಾಸ ಬೇಕು.

ಬೆಳೆ ಮತ್ತು ಜಾನುವಾರುಗಳ ಇಳುವರಿಯನ್ನು ದ್ವಿಗುಣ ಗಳಿಸಬೇಕು. ಹೇಗೆ?

ಬೆಳೆಯ ಇಳುವರಿಯಲ್ಲಿ ಸುಧಾರಣೆ, ಬೆಳೆಯ ತಳಿ ಸುಧಾರಣೆ, ಬೆಳೆ ಉತ್ಪಾದನೆ ನಿರ್ವಹಣೆ

ಬೆಳೆ ಪೋಷಕಾಂಶ ನಿರ್ವಹಣೆ- ಸಾವಯವ ಗೊಬ್ಬರ, ರಸ ಗೊಬ್ಬರ, ನೀರಾವರಿ,

ಬೆಳೆಯ ಮಾದರಿ, ಬೆಳೆ ಸಂರಕ್ಷಣೆ, ವಿವಿಧ ಧಾನ್ಯ ಶೇಕರಣೆ,ವಿತರಣೆ, ಉಪಯೋಗ. ಜಾನುವಾರುಗಳ ವೈಜ್ಞಾನಿಕ ನಿರ್ವಹಣೆ ಪೋಷಣೆ, ಸಂತಾನೋತ್ಪತ್ತಿ, ರೋಗ ನಿಯಂತ್ರಣ, ಸುಧಾರಿತ ಆಹಾರೋತ್ಪಾದನೆ.

ಪ್ರಾಣಿ ಆಧಾರಿತ ಕೃಷಿ,ದನ,-ಹಸು ಎಮ್ಮೆ, ಕುರಿ, ಮೇಕೆ, ಕೋಳಿ, ಮೀನು, ಜೇನು, ಇತ್ಯಾದಿ ನಿರ್ವಹಣೆ. ಹಸು, ಎಮ್ಮೆ ಸಾಕಾಣಿಕೆ, ಕೋಳಿ ಸಾಕಾಣಿಕೆ, ಜೇನು ಸಾಕಾಣಿಕೆ, ಮೀನು ಉತ್ಪಾದನೆ,, ಸಮುದ್ರ ಮೀನುಗಾರಿಕೆ, ಒಳನಾಡು ಮೀನುಗಾರಿಕೆ, ಮೊಟ್ಟೆ ಬ್ರಾಯ್ಲರ್ ಉತ್ಪಾದನೆ, ಹಾಲು ಉತ್ಪಾದನೆ ಉತ್ಪಾದನೆಗಳ ಶೇಕರಣೆ, ರಕ್ಷಣೆ, ಸಾಗಣಿಕೆ, ಗ್ರಾಹಕರಿಗೆ ವಿಸ್ತರಣೆ.

White revolution - ಹಾಲು ಕ್ರಾಂತಿ ಮಾಡಿದ ಡಾಕ್ಟರ್ ಜಾರ್ಜ್ ಕುರಿಎನ್ 1970, ಉತ್ಪಾದಕರ ಸಂಪರ್ಕ ಸಂಕೀರ್ಣ ಸ್ಥಾಪಿಸಿದರು. AMUL ಸಂಸ್ಥೆ ಶುರು ಮಾಡಿದರು. ಇವರನ್ನು father of white revolution ಎಂದು ಪರಿಗಣಿಸಲಾಗಿದೆ.

Green revolution–ಹಸಿರು ಕ್ರಾಂತಿ, Dr. M s ಸ್ವಾಮಿನಾತನ್, 1960 used scientific methods, ಟ್ಯಾಕ್ಟರ್, ತಳಿ, ರಸ ಗೊಬ್ಬರ, ಮೊದಲಾದ ವಿಧಾನಗಳಿಂದ ಹಸಿರು ಕ್ರಾಂತಿ ಶುರು ಮಾಡಿದರು. ಇವರನ್ನು father of green revolution ಎಂದುಪರಿಗಣಿಸಲಾಗಿದೆ..

ಆಹಾರ ಸಂಪನ್ಮೂಲಗಳ ಸುಧಾರಣೆ Green revolution–ಹಸಿರು ಕ್ರಾಂತಿ,, ಡಾಕ್ಟರ್. M s ಸ್ವಾಮಿನಾಥನ್

white revolution– ಹಾಲು ಕ್ರಾಂತಿ ಡಾಕ್ಟರ್ ಜಾರ್ಜ್ ಕುರಿಎನ್ 1970

ಅಂಗಾಂಶಗಳು TISSUES

ಒಂದೇ ರೀತಿಯ ರಚನೆ ಹಾಗೂ ನಿರ್ಧಿಷ್ಟ ಕಾರ್ಯಾ ಮಾಡುವ ಗುಂಪು ಜೀವಕೋಶಗಳಿಗೆ ಅಂಗಾಂಶ ಎನ್ನುವರು ಅಂಗಾಶಗಳಿಂದ ಬೇರೆ ಬೇರೆ ಅಂಗಗಳು ಆಗಿವೆ. ಸಸ್ಯ ಹಾಗು ಪ್ರಾಣಿಗಳಲ್ಲಿ ಇರುತ್ತವೆ.

ಚಲನೆ, ವಿಸರ್ಜನೆ ಉಸಿರಾಟ, ಸಂತಾನೋತ್ಪತ್ತಿ,ಪ್ರಕ್ರಿಯೆ, ಆಹಾರ ಸೇವನೆ, ಬೆಳವಣಿಗೆ, ರಚನೆ, ಕಾರ್ಯಗಳಲ್ಲಿಇರುವ ಅಂಗಾಂಶಗಳಲ್ಲಿ- TISSUES

ಬಹಳ ವ್ಯತ್ಯಾಸಗಳು ಇವೆ

ಸಸ್ಯಗಳು ಭೂಮಿಯಲ್ಲಿ ಬೆಳೆಯುವದರಿಂದ ಚಲನೆ ಇಲ್ಲ. ಪ್ರಾಣಿಗಳು ಚಲಿಸುತ್ತವೆ.

ಸಸ್ಯಗಳು ಆಹಾರವನ್ನು ಸೂರ್ಯಬೆಳಕಿನಲ್ಲಿ ತಯಾರಿಸುತ್ತವೆ

ಪ್ರಾಣಿಗಳು ಇತರೆ ಜೀವಿಗಳಿಂದ ಆಹಾರವನ್ನು ಪಡೆಯುತ್ತವೆ ಈ ಕಾರಣಗಳಿಂದಾಗಿ ಅಂಗಾಂಶ ರಚನೆ, ಕಾರ್ಯಗಳಲ್ಲಿ ಬಹಳ ವ್ಯತ್ಯಾಸಗಳು ಇವೆ

ಅನುಲೇಪಕ ಅಂಗಾಂಶ –EPITHELIAL TISSUE

ಸಂಯೋಜಕ ಅಂಗಾಂಶ- CONNECTIVE TISSUE

ಸ್ನಾಯು ಅಂಗಾಂಶ - MUSCULAR TISSUE

ನರ ಅಂಗಾಂಶ –NERVOUS TISSUE

ವರ್ಧನ ಅಂಗಾಂಶ –MERISTAMATIC TISSUE

ಶಾಶ್ವತ ಅಂಗಾಂಶ –PERMANENT TISSUE

ಒಂದೇ ರೀತಿಯ ರಚನೆ ಹಾಗೂ ನಿರ್ಧಿಷ್ಟ ಕಾರ್ಯಾ ಮಾಡುವ ಗುಂಪು ಜೀವಕೋಶಗಳಿಗೆ ಅಂಗಾಂಶ ಎನ್ನುವರು ಅಂಗಾಶಗಳಿಂದ ಬೇರೆ ಬೇರೆ ಅಂಗಗಳು ಆಗಿವೆ. ಅಂಗಾಂಶಗಳನ್ನು ಕೃಷಿ ಮಾಡಬಹುದು –tissue culture.

ನರ ಅಂಗಾಂಶ - NERVOUS TISSUE.

ನರ ಅಂಗಾಂಶವು nueron ನ್ಯೂರಾನ್ ಎಂಬ ಕೋಶಗಳಿಂದ ಆಗಿದೆ

ನ್ಯೂರಾನ್ ಕೋಶಗಳಲ್ಲಿ, ಕೋಶ ಕಾಯ -cell body, ಕೋಶ ದ್ರವ್ಯ-cytoplasam, ಕೋಶಕೇಂದ್ರ-nucleus ಮತ್ತು ಇತರೆ ಕೊಶಾಂಗಗಳು-organelles, ಹೊಂದಿದೆ.

ಕೋಶ ಕಾಯ -cell body ದಿಂದ ಉದ್ದನೆಯ ರಚನೆ -structure- ಇರುತ್ತವೆ, ತುಂಬಾ ಉದ್ದವಾಗಿರುವ ರಚನೆಗೆ -axon -ಅಕ್ಸಾನ್ ಎಂದು ಕರೆಯುವರು.

ಅನೇಕ ಸಣ್ಣ, ಸಣ್ಣ ಶಾಕೆಗಳು branches ಇರುತ್ತವೆ ಇವುಗಳಿಗೆ dendrites ಡೆಂಡ್ರಯಿಟ್ಸ್ ಎಂದು ಹೆಸರು.

ಈ ರೀತಿಯ ನರಕೋಶಗಳು ಲಕ್ಷಗಗಟ್ಟಲೆ ಇದ್ದು ಎಲ್ಲಾ ಕೋಶಗಳನ್ನು ಸಂಯೋಜಕ ಅಂಗಾಂಶ ಬಂದಿಸುವುದು.

ನ್ಯೂರಾನ್ ಕೋಶಗಳ ಬಗ್ಗೆ- ಬಹು ದ್ರುವಿ ನ್ಯೂರಾನ್ Polypolar, ದ್ವಿ ದ್ರುವಿ ನ್ಯೂರಾನ್ Bipolar,

ಏಕ ದ್ರುವಿ ನ್ಯೂರಾನ್ Unipolar,

ಮೆದಳು -brain, nerves-ನರಗಳು, ನರ ಸಮೂಹ +spinal cord- ಬೆನ್ನು ಹುರಿ = ಮೆದುಳು ಬಳ್ಳಿ

ನ್ಯೂರಾನ್ ಎಂಬ ಕೋಶಗಳಿಂದ ಆಗಿದೆ, ಈ ಅಂಗಾಂಶದಿಂದ ಆಗಿವೆ.

ನರ ಅಂಗಾಂಶವು ಜೀವಕೋಶಗಳ ಪ್ರಚೋದನೆಯನ್ನು ಗ್ರಹಿಸಿ ಈ ನರಾವೇಗಗಳನ್ನು-impulse+ ಸಂಕೇತ transmission ಮಾಡುತ್ತವೆ .ದೇಹದ ಒಂದು ಭಾಗದಿಂದ ಇನ್ನೊಂದು ಕಡೆಗೆ ಸಾಗಿಸುವುದು.

(ಹೈ speed) 70/120 ಮೀಟರ್ ಪರ್ ಸೆಕಂಡ್.

ಪ್ರಚೋದನಗೆ ಪ್ರತಿಕ್ರಿಯೆ ಮಾಡಲು ನರ ಸಮೂಹ ಮುಖ್ಯ. ಮೆದುಳಿನಲ್ಲಿರುವ ನರಕೋಶಗಳು,ಅನೇಕ ಕಾರ್ಯಗಳನ್ನು ಮಾಡುತ್ತವೆ ನಮ್ಮಮೇದಳಿನಲ್ಲಿ 86 billion ನ್ಯೂರಾನ್ ಇರಬಹುದು

ನರಗಳ ತುದಿ ಬಹು ಮುಖ್ಯ ಕಾರ್ಯ-ಸಂಕೇತ -signals ಗಳನ್ನು ಪ್ರಸಾರ ಮಾಡಲು, ಎರಡು ನರಕೋಶಗಳನ್ನು ಸಂಪರ್ಕಿಸುವ ನರದತುದಿಗೆ synapse -ಸೈನಾಪ್ಸ್- ಎನ್ನುವರು

neuro-transmitter-ನರ ಪ್ರೇಕ್ಷಕ ಎಂಬ ರಾಸಾಯನಿಕ ಕಣ ಗಳನ್ನು ಉತ್ಪಾದಿಸುವುದು.

ನರಕೋಶ -ನರಕೋಶ signals ಗಳನ್ನು ವಿನಿಮಯ ಮಾಡಿಕೊಳ್ಳುವುವು.

ಹೊಸ ನ್ಯೂರಾನ್ ಉತ್ಪತ್ತಿ ಆಗುವುದು ಒಂದು ಸಂಕೀರ್ಣ ಕ್ರಿಯೆ.

ಜ್ಞಾಪಕ, ತಿಳುವಳಿಕೆ, ಯೋಚನೆ, ಕ್ರಿಯಾತ್ಮಕ ಚಿಂತನೆ ಮೊದಲಾದ ಕಾರ್ಯಗಳು ನರ ಅಂಗಾಂಶದ ನಿರ್ವಹಣೆ

ನ್ಯೂರಾನ್-ಚಿತ್ರ ಬರೆದು ಭಾಗಗಳನ್ನು ತಿಳಿದುಕೊಳ್ಳಿ

ಪ್ರಶ್ನೆಗಳು

1. ನರ ಅಂಗಾಂಶ ದಲ್ಲಿರುವ ಕೋಶಗಳ ಹೆಸರೇನು?

2. ನರಕೋಶದ ಚಿತ್ರವನ್ನು ಬರೆದು ರಚನೆಯನ್ನು ವಿವರಿಸಿ.

3. Axon ತುಂಡಾದರೆ ನರಕೋಶಗಳ ಯಾವ ಕಾರ್ಯ ನಿಲ್ಲುವುದು?

4.   ಮಯೋಲೀನ್ ಪದರದ ಕೆಲಸವೇನು?

5.   ದೆಂಟ್ರಿಟ್ ಗಳ ಉಪಯೋಗವೇನು?

ಸ್ನಾಯು ಅಂಗಾಂಶ -MUSCULAR TISSUE..

ಸ್ನಾಯು ಅಂಗಾಂಶ

ಆಸ್ಥಿಸ್ನಾಯುಗಳು –skeletal muscles –

ಐಚ್ಛಿಕ ಸ್ನಾಯುಗಳು-voluntary muscles

ಮೃದು ಸ್ನಾಯುಗಳು- smooth muscles or ಅನೈಚ್ಛಿಕ ಸ್ನಾಯುಗಳು- involuntary muscles

ಹೃದಯ ಸ್ನಾಯುಗಳು - cardiac muscles- ಅನೈಚ್ಛಿಕ ಸ್ನಾಯುಗಳು- involuntary muscles

ಪಟ್ಟಿ ರಹಿತ ಮತ್ತು ಪಟ್ಟಿ ಸಹಿತ ಸ್ನಾಯುಗಳು- straited and non-straited muscles

ಸ್ನಾಯು ರಜ್ಜುಗಳು - Muscular Tendons

ನಾರುಗಳು - fibers

ಲಿಗಾಮೆಂಟ್ಸ್ –ligaments ಸ್ನಾಯು ತಂತುಗಳು

ಜೀವಕೋಶಗಳಿಂದ ಆಗಿದೆ. ಉದ್ದನಾಗಿರುವ ಸಂಕುಚಿಸುವ ಪ್ರೋಟೀನ್ ಹೊಂದಿದೆ Contractile protein.

ಸಂಕುಚನ-ವಿಕಸನ-contraction and extension,

ಕೆಲಸ ಮಾಡುವಾದರಿಂದ ದೇಹದಲ್ಲಿ ಚಲನೆ ಉಂಟಾಗುವುದೂ.

ನಮ್ಮಇಸ್ಟದ ಪ್ರಕಾರ ಹಾಗೂ ಸ್ವಯಂ ಚಲನೆ ಸ್ನಾಯುಗಳು ನಮ್ಮ ದೇಹದಲ್ಲಿವೆ.

ಆಸ್ಥಿಸ್ನಾಯುಗಳು –skeletal muscles

ಐಚ್ಛಿಕ ಸ್ನಾಯುಗಳು-voluntary muscles ಮೂಳೆಗಳಿಗೆ ಅಂಟಿಕೊಂಡು ನಮ್ಮ ಇಸ್ಟದ ಪ್ರಕಾರ ಮೂಳೆಗಳನ್ನು ಚಲಿಸುವಹಾಗೆ ಮಾಡುವ ಅಂಗಾಂಶ. ಇವುಗಳಲ್ಲಿ ತೆಳುವಾದ, ದಟ್ಟವಾದ ಪಟ್ಟೆ/ಅಡ್ಡಗೆರೆ ಇರುತ್ತವೆ, ಜೀವಕೋಶಗಳು ನೀಳವಾಗಿ ಕೊಳುವೆ ಆಕಾರದಲ್ಲಿವೆ. ಅನೇಕ ಕೋಶಕೇಂದ್ರಗಳು ಇರುತ್ತವೆ. ಇವುಗಳಲ್ಲಿ ಶಾಖೆಗಳು-branching ಇಲ್ಲ.

ಮೃದು ಸ್ನಾಯುಗಳು- smooth muscles ನಮ್ಮ ದೇಹದ ಅನೇಕ ಅಂಗಗಳಲ್ಲಿ ಈ ಅಂಗಾಂಶ ಇದೆ.ಉದಾಹರಣೆಗೆ ಅನ್ನನಾಳ, ರಕ್ತನಾಳ. ಈ ಅಂಗಾಂಶವು ಅನೈಛಿಕ -involuntary-ಸ್ನಾಯುಗಳು, ಸ್ವತಹ ಸಂಕುಚನ ಮತ್ತು ವಿಕಸನ ಆಗುತ್ತವೆ. ಕಣ್ಣಿನ ಪಾಪೆ-retina-ಮೂತ್ರನಾಳ, ಶ್ವಾಸಕೋಶ ಗಳಲ್ಲಿ ಇವೆ. ಸ್ನಾಯುಗಳು ಉದ್ದನಾಗಿ,ಚೂಪಾಗಿ ಇರುತ್ತವೆ, ಒಂದೇ ಕೋಶಕೇಂದ್ರ

ಹೃದಯ ಸ್ನಾಯುಗಳು cardiac muscles ಅನೈಚ್ಛಿಕ ಸ್ನಾಯುಗಳು- involuntary muscles ಲಯ ಬದ್ಧವಾಗಿ ಲುಪ್-ಡೂಪ್,ಸಂಕುಚನ-ವಿಕಸನ ಹೃದಯದ ಚಲನೆ/ಬಡಿತ ನಿರಂತರವಾಗಿ ಕಾರ್ಯ. ಕಾರ್ಯ ನಿತರೆ ನಾವು ನಿರ್ಜೀವ.

ಕೆಲವು ಅಂಶಗಳು

ಸ್ನಾಯು ರಜ್ಜುಗಳು - Muscular Tendons -ಸ್ನಾಯುಗಳನ್ನು ಮೂಳೆಗಳಿಗ ಬಂಧಿಸುವುದು

ನಾರುಗಳು - fibers- ಎಲ್ಲಾ ರೀತಿಯ ಅಂಗಾಂಶಗಳನ್ನು ಸೇರಿಸುವುದು

ಲಿಗಾಮೆಂಟ್ಸ್ -ligaments- ಮೂಳೆಗಳನ್ನು-ಮೂಳೆಗಳಿಗೆ ಸೇರಿಸುವುದು

4-ಪ್ರಮುಖ ಗುಣಗಳನ್ನು ಸ್ನಾಯು ಅಂಗಾಂಶ ಹೊಂದಿದೆ -

ಸಂಕುಚನತೆ = contractability,ವಿಕಸನತೆ = extensibility,ಸ್ಥಿತಿಸ್ಥಾಪಕತೆ = elasticity, ಉತ್ಸಾಹಕತೆ = excitability

ಹೃದಯದ ಸ್ನಾಯುಗಳು ನಿರಂತರವಾಗಿ ಲೂಪ-ಡೂಪ್,ಲೂಪ-ಡೂಪ್ ಲೂಪ-ಡೂಪ್ ಎಂದು ಬಡಿಯುವುದು

ಹೃದಯ 80 ಸಾರಿ 1 ನಿಮಿಷದಲ್ಲಿ ಬಡಿಯುವುದು -heart beats- 4,800 ಒಂದು ಗಂಟೆಯಲ್ಲಿ 115,200 ಸಾರಿ ದಿನದಲ್ಲಿ 42,048,000 ಸಾರಿ ಒಂದು ವರ್ಷದಲ್ಲಿ ಲೂಪ-ಡೂಪ್

ಪ್ರಶ್ನೆಗಳು

1. ಮುಖ್ಯವಾದ 3 ಬಗೆಯ ಸ್ನಾಯು ಅಂಗಾಂಶ ಗಳ ಹೆಸರನ್ನು ಪಟ್ಟಿಮಾಡಿ

2. ಪಟ್ಟೆ ಇರುವ ಸ್ನಾಯುಗಳು ನಮ್ಮ ದೇಹದ ಯಾವ ಅಂಗಗಳಲ್ಲಿ ಇವೆ.

3. ಪಟ್ಟೆ ಇಲ್ಲದ ಸ್ನಾಯುಗಳು ನಮ್ಮ ದೇಹದ ಯಾವ ಅಂಗಗಳಲ್ಲಿ ಇವೆ.

4. ಆಸ್ಥಿಸ್ನಾಯುಗಳು -skeletal muscles - ಗಳನ್ನು ಐಚ್ಛಿಕ ಸ್ನಾಯುಗಳು ಎಂದು ಏಕೆ ಕರೆಯುವರು?

5. ಅನೈಚ್ಛಿಕ ಸ್ನಾಯುಗಳು-ನಮ್ಮದೇಹದ ಯಾವ ಅಂಗಗಳಲ್ಲಿ ಇವೆ.

6. ಸ್ನಾಯು ರಜ್ಜುಗಳು -ನಾರುಗಳು - ಲಿಗಾಮೆಂಟ್ಸ್ - ಇವುಗಳ ಕೆಲಸ ಮತ್ತು ವ್ಯತ್ಯಾಸ ಏನು?

ರಕ್ತ –BLOOD ಸಂಯೋಜಕ ಅಂಗಾಂಶ?

ರಚನೆ ಮತ್ತು ಕಾರ್ಯ:

ರಕ್ತ ದ್ರವ ಅಂಗಾಂಶ, ನಾಳಗಳ ಮೂಲಕ ದೇಹದ ಎಲ್ಲಾ ಜೈವಿಕ ಕೋಶಗಳ ಸಂರ್ಕ ಹೊಂದಿದೆ ಮತ್ತು ಕಣಗಳನ್ನು, ಅನಿಲಗಳನ್ನು, ವಿವಿದರೀತಿಯ ರಾಸಾಯನಿಕ ಉತ್ಪನ್ನಗಳನ್ನುಸಾಗಣೆ ಮಾಡುವುದು

ಇದು ದ್ರವ ಮಾತ್ರಕೆ -liquid matrix- ಹೊಂದಿದೆ. ಇದನ್ನು ಪ್ಲಾಸ್ಮಾ ಎನ್ನುವರು, ತಿಳಿ ಹಳದಿ ಬಣ್ಣ. ಇದರಲ್ಲಿ ಕೆಂಪು ರಕ್ತಕಣಗಳು-RBCs-,ಬಿಳಿ ರಕ್ತ ಕಣಗಳು -WBCs-, ಕಿರುತಟ್ಟೆ-platelets ತೇಲಾಡುತ್ತವೆ.

RBC ಕೆಂಪುರಕ್ತಕಣಗಳಲ್ಲಿ ಕೋಶಕೇಂದ್ರ, mitochondria, ಮೈಟೊಕಾಂಡ್ರಿಯಾ ಇರುವುದಿಲ್ಲಾ. ಒಂದುಹನಿ ರಕ್ತದಲ್ಲಿ 5 ಮಿಲಿಯನ್ (50 ಲಕ್ಷ) RBC ಇರುವುದು. WBC ಕಡಿಮೆ ಇರುತ್ತದೆ. ಕಿರುತಟ್ಟೆ ಸಂಖ್ಯೆ ಜಾಸ್ತಿ ಇರುವುದು.' ಬಹುಭಾಗ ಪ್ಲಾಸ್ಮಾ ಇರುವುದು

ಪ್ಲಾಸ್ಮಾಪ್ರೋಟೀನ್ ಗಳನ್ನು, ಹಾರ್ಮೋನ್‌ಗಳನ್ನು, ಲವಣಗಳನ್ನು, ಬೇರೆಬೇರೆ ಪ್ರೋಟೀನ್ ಗಳನ್ನು, ಜೀರ್ಣವಾದ ಆಹಾರಕಣಗಳನ್ನು, ಎಲ್ಲಾ ಕೋಶಗಳಿಗೆ ಸಾಗಣ ಮಾಡುವುದು.

ಕೆಂಪುರಕ್ತ ಕಣಗಳು ಆಮ್ಲಜನಕ ಮತ್ತು ಇಂಗಾಲದ ಡೈಆಕ್ಸೈಡ್ ಅನಿಲಗಳ ವಿನಿಮಯ ಮಾಡುವುದಕ್ಕೆ ಶ್ವಾಸಕೋಶಗಳಿಂದ ಪುನಹ ಇಲ್ಲಿಗೆ ಸಾಗಾಣಿಕೆ ಮಾಡುವುದು. ಹಿಮೋಗ್ಲೋಬಿನ್ ಎಂಬ ಪ್ರೋಟೀನ್ ನಿಂದ ಆಗಿದೆ. ಬಿಳಿರಕ್ತ ಕಣಗಳು ರಕ್ಷಣೆ ಕಾರ್ಯ ಮಾಡುವುವು. ಇವುಗಳ ಸಂಖ್ಯೆ ಬದಲಾವಣೆ ಆಗುತ್ತಿರುತ್ತದೆ.

ಕಿರುತಟ್ಟೆ -platelets- ರಕ್ತವನ್ನು ಹೆಪ್ಪುಗಟ್ಟಲು ಸಹಾಯಮಾಡುವುದು, ಇದರಲ್ಲಿ collagen ನಾರುಗಳು ಇವೆ.

ಕೆಲವು ಮುಖ್ಯವಾದ ಅಂಶಗಳು

ರಕ್ತದ ಎಲ್ಲಾ ಭಾಗಗಳನ್ನು ದಾನ DONATE ಮಾಡಬಹುದು

ಪ್ಲಾಸ್ಮಾವನ್ನು donate ಮಾಡಬಹುದು

ಆರ್‌ಬಿಸಿ -RBC- ಗಳನ್ನು donate ಮಾಡಬಹುದು

WBC ಯನ್ನು donate ಮಾಡಬಹುದು

Plate lets-ಕಿರುತಟ್ಟೆ ಗಳನ್ನು donate ಮಾಡಬಹುದು ಅಥವಾ

whole blood ಅನ್ನು donate ಮಾಡಬಹುದು

RBC-120 ದಿನ ಇರುವುದು ಆಮೇಲೆ ನಾಶವಾಗುವುದು

WBC 13-20 ದಿನ ಇರುವುದು

ಕಿರುತಟ್ಟೆ 9-12 ದಿನ ಇರವುದು

ಪ್ಲಾಸ್ಮಾ 4-5 ದಿನ

ಹೊಸ ರಕ್ತದ ಭಾಗಗಳು Bone marrow ಆಸ್ತಿ ರಜ್ಜು ಉತ್ಪತ್ತಿ ಮಾಡಲು STEM CELLS, MAST CELLS ಗಳನ್ನು ಸಂಯೋಜಕ ಅಂಗಾಂಶಕ್ಕೆ ಒದಗಿಸುವುದರ ಮೂಲಕ ಪ್ಲಾಸ್ಮಾ. RBC, WBC, PLATELETS ಗಳನ್ನು ತಯಾರು ಪಡಿಸುವುದು

ಉತ್ತರಿಸಿ

1. ರಕ್ತವು ದ್ರವ ಅಂಗಾಂಶ -liquid tissue- ಇದನ್ನು ಸಂಯೋಜಕ ಅಂಗಾಂಶ ಎಂದು ಏಕೆ ಕರೆಯುವರು?

2. ರಕ್ತದ ರಚನೆ ಮತ್ತು ಕಾರ್ಯ ತಿಳಿಸಿ

3. ಕೆಂಪುರಕ್ತ ಕಣಗಳು ದೇಹದಲ್ಲಿ ಕಡಿಮೆ ಆದರೆ ಪರಿಣಾಮವೇನೂ?

4. ಬಿಳಿರಕ್ತ ಕಣಗಳು ಜಾಸ್ತಿ ಆದರೆ ಸೂಚನೆ ಏನು?

5. ಕೆಂಪುರಕ್ತ ಕಣದಲ್ಲಿ ಕೋಶಕೇಂದ್ರ ಇಲ್ಲ- ಏನು ಕಾರಣ ಯೋಚಿಸಿ-

6. 2 ಅಂಶಗಳನ್ನು-points ಬರೆಯಿರಿ.

7. ರಕ್ತದ ಉಪಯೋಗವೇನು?

ಸಂಯೋಜಕ ಅಂಗಾಂಶ -CONNECTIVE TISSUE.

ಸಂಯೋಜಕ ಅಂಗಾಂಶದ ಮಾತ್ರಿಕೆ -matrix- ಮಂದವಾದ ವಸ್ತು ಪ್ರೋಟೀನ್ + ಗ್ಲೈಕೋಜನ್ ಸಂಯುಕ್ತ, ಕೋಶಗಳ ಹೊರಗೆ- matrix- ಆವರಿಸಿದೆ

ಪ್ರೋಟೀನ್ ನಾರುಗಳು-fibers-ವಿವಿದಬಗೆ ಕೋಶಗಳು - ಮಾತ್ರಿಕೆಯಲ್ಲಿ ಇರುವುವು ಮಾಸ್ಟ್ ಕೋಶ+ಪ್ಲಾಸ್ಮಕೋಶ+ macro phages + ಅಡಿಪೋಸ್ ಕೋಶ + ಲ್ಯುಕೋ ಕೋಶ ಈ ಅಂಗಾಶದ ಕೋಶಗಳು ಆಂತರ ಕೊಶ ಮಾತ್ರಿಕೆ matrix ನಲ್ಲಿ ಸಡಿಲವಾಗಿ ಇರುತ್ತವೆ

ಮಾತ್ರಿಕೆಯ ರೂಪ, ಲೋಳೆ, ಮಂದ, ಘಟ್ಟಿ ಇರಬಹುದು ಬೇರೆ ಬೇರೆ ಅಂಗಗಳ ಜೊತೆಗೆ ಸಂಯೋಜಕ ಅಂಗಾಂಶವು ಸ್ವರೂಪವನ್ನು ಬದಲಾಯಿಸುದು

ಏರಿಯೋಲಾರ್ ಸಂಯೋಜಕ,-ವಿವಿದ ಕೋಶಗಳು,ಕೋಶದ ಅಂತರ ಬರ್ತೀ ಮಾಡುವುದು ಸಡಿಲ

ರಕ್ತ ಸಂಯೋಜಕ,ಮೂಳೆ ಸಂಯೋಜಕ, ಆಸ್ತಿರಜ್ಜು(ಲಿಗಾಮೆಂಟ್) ಸಂಯೋಜಕ, ಸ್ನಾಯುರಜ್ಜು(tendons) ಸಂಯೋಜಕ, ಮೃದ್ವಸ್ತಿ (cartilage) ಸಂಯೋಜಕ

ಸಂಯೋಜಕ ಅಂಗಾಂಶ-ಕಾರ್ಯಗಳು

ಅಂಗಗಳನ್ನುಜೋಡಿಸುವುದು, ಸಂಪರ್ಕ ಕಲ್ಪಿಸುವುದು, ಸೀಮತೆ ಕೊಡುವುದು,-cohesion. ಆಧಾರ ಚೌಕಟ್ಟು(supporting framework- skelatal design), ಸಾಗಾಣಿಕೆ, ಸ್ಥಿತಿ ಸ್ಥಾಪಕತೆ (stability) ಕೊಡುವುದು,ಮೂಲೆಗಳನ್ನು ಮೃದು ಮಾಡುವುದು, ಅಂಗಗಳ ಮತ್ತು ಅಂಗಾಂಶಗಳ ನುದುವೆ ಜಾಗವನ್ನುmatrix ತುಂಬಿ ಸಂಪರ್ಕ ಕಲ್ಪಿಸುವುದು

ಸಂಯೋಜಕ ಅಂಗಾಂಶದ ಪ್ರಾಮುಖ್ಯತೆ

ದೇಹದ ಮಾದರಿ -ಡಿಸ್ಕೇನ್- ಹಾಗೂ ಕಾರ್ಯಗಳ ಆಧಾರ, ಜೋಡಣೆ, ಒಳಗಿನ ಆಧಾರ, ನಿರೋಧಕ,

ದೇಹದ ಎಲ್ಲಾ ಕಡೆ ಇದೆ

ರಕ್ತ -ದ್ರವ ಮಾತ್ರಿಕೆ-plama-+ಕೆಂಪುರಕ್ತಕಣಗಳು+ಬಿಳಿರಕ್ತಕಣ+ಕಿರುತಟ್ಟಿ. ರಕ್ತದಲ್ಲಿ ಪ್ರೋಟೀನ್ನಗಳು+ಲವಣಗಳು+ಹಾರ್ಮೋನಗಳು +ತಾಜ್ಯವಸ್ತುಗಳು+ಅನಿಲಗಳು +ಆಹಾರದ ವಿವಿದ ಕಣಗಳು ಎಲ್ಲಾ ಕೋಶಗಳಗೆ ತಲುಪಿಸಿ,ಬೇಡವಾದ ತಾಜ್ಯಗಳನ್ನು ಸಾಗಾಣಿಕೆ. ಶ್ವಾಸಕೋಶ,ಮೂತ್ರಪಿಂಡ,ಸಣ್ಣಕರುಳು,ಯಕೃತ್ ಹೀಗೆ ಎಲ್ಲಾ ಅಂಗಗಳ ಸಂಪರ್ಕ

ಮೂಳೆಸಂಯೋಜಕದಲ್ಲಿ ದಟ್ಟ+ಘಟ್ಟಿಮಾತ್ರಿಕೆ,(ಕ್ಯಾಲ್ಸಿಯಮ್+ಫೋಸ್ಫರಸ್} +ಕೋಶಗಳು.

ಸ್ನಾಯು+ಆಸ್ತಿರಜ್ಜು- ಆಧಾರ ಆಸ್ತಿರಜ್ಜು -ಲಿಗಾಮೆಂಟ್-ಮೂಳೆಗಳನ್ನು ಬಂದಿಸಿ ಅಂತರ ಚಲನೆ+ಸ್ನಾಯುರಜ್ಜು-muscular tendons- ಗಟ್ಟಿಯಾಗಿ+ಸೀಮತೆ+strong.

ಮೃದ್ವಸ್ತಿ-cartilage-ಘನ ಮಾತ್ರಿಕೆ+ಕೋಶಗಳು ಹೆಚ್ಚು ಅಂತರ ಅವಕಾಶ+ಮೂಳೆಗಳ ಮೇಲೆ+ಮೂಗು+ಕಿವಿ+ಧ್ವನಿಪೆಟ್ಟಿಗೆ

ಏರಿಯೋಲಾರ್ ಸಂಯೋಜಕ-ಚರ್ಮ+ಸ್ನಾಯು+ರಕ್ತನಾಳ+ನರಗಳು+ಅಂಗಗಳ ನಡುವೆ, ಇರುವುದು. ದುರಸ್ತಿ ಕಾರ್ಯ. ಚರ್ಮದಕೆಳಗೆ+ಅಂಗಾಂಶಗಳಲ್ಲಿ, ಅಡಿಪೋಸ್ ಇರುವುದು, ಉಷ್ಣಾಂಶತೆ ನಿರ್ವಹಣ

ಉತ್ತರಿಸಿ

1. ಸಂಯೋಜಕ ಅಂಗಾಂಶದ ರಚನೆ ಮತ್ತು ಕಾರ್ಯಗಳು-ವಿವರಿಸಿ.

2. ಏರಿಯೋಲಾರ್ ಸಂಯೋಜಕದ ಕಾರ್ಯವೇನು?

3. ಸಂಯೋಜಕ ಅಂಗಾಂಶಗಳ –ಪಟ್ಟಿಮಾಡಿ.

4. ದ್ರವ ಮಾತ್ರಕೆ ಕೆಲಸವೇನು?

5. ದ್ರವ ಮಾತ್ರಕೆಯಲ್ಲಿ ಇರುವ ಕೋಶಗಳು ಯಾವುವು?

ಅನುಲೇಪಕ ಅಂಗಾಂಶ EPITHELIUM TISSUE..

ಈ ಅಂಗಾಂಶವು ದೇಹದೊಳಗಿನ ಅಂಗಗಳನ್ನು ಮತ್ತು ಕುಹರಗಳನ್ನು ಹೊದಿಕೆಯಾಗಿ ಆವರಿಸಿದೆ.

ವಿವಿದ ಅಂಗಗಳನ್ನು ಮತ್ತು ಅಂಗವ್ಯೂಹಗಳನ್ನು ಪ್ರತ್ಯೇಕವಾಗಿ ಇಟ್ಟಿದೆ.

ಚರ್ಮ, ಬಾಯಿ, ರಕ್ತನಾಳಗಳನ್ನು ಈ ಅಂಗಾಂಶವು ಆವರಿಸಿದೆ.

ಶ್ವಾಸಕೋಶದ ಗಾಳಿಗೂಡುಗಳು –alveoli-, ಮೂತ್ರಪಿಂಡದ ನಾಳಗಳು ಅನುಲೇಪಕ ಅಂಗಾಂಶದಿಂದ ಆಗಿವೆ.

ಈ ಅಂಗಾಂಶದ ಜೀವಕೋಶಗಳು ಒತ್ತಾಗಿ ಜೋಡಣೆ ಆಗಿವೆ, ಪದರಗಳನ್ನು ಹೊಂದಿದೆ, ಅಂತರ ಕೋಶದ ಜಾಗ ಇಲ್ಲ

ಈ ಅಂಗಾಂಶವು ಯಾವುದೇ ಅಂಗವನ್ನು ಆವರಿಸಿದ್ದರೂ, ಈ ಅಂಗಾಂಶದ ತಳದಲ್ಲಿ ನಾರಿನರೂಪದ ವಸ್ತು ಇರುವುದು –basement membrane-, ಹಾಗಾಗಿ ಪ್ರತ್ಯೇಕತೆಯನ್ನು ಹೊಂದಿದೆ.

ಸರಳ ಚಪ್ಪಟೆ ಅನುಲೇಪಕ ಅಂಗಾಂಶ –simple squamous epithelium

ಸರೀಕೃತ ಚಪ್ಪಟೆ ಅನುಲೇಪಕ ಅಂಗಾಂಶ –stratified squamous epithelium

ಪ್ರಾಣಿ ಅಂಗಾಂಶಗಳು ANIMAL TISSUES

4 ಬಗೆಯ ಮುಖ್ಯ ಅಂಗಾಂಶಗಳಿವೆ

1. ಅನುಲೇಪಕ ಅಂಗಾಂಶ EPETHELIAL TISSUE

2. ಸಂಯೋಜಕ ಅಂಗಾಂಶ CONNECTIVETISSUE

3. ಸ್ನಾಯು ಅಂಗಾಂಶ MUSCULAR TISSUE

4. ನರ ಅಂಗಾಂಶ NERVOUS TISSUE

ಈ ಅಂಗಾಂಶಗಳಿಂದ ವಿವಿದ ಅಂಗಗಳು, ಅಂಗಗಳಿಂದ,ದೇಹ ರಚನೆ ಆಗಿದೆ

4 ಬಗೆಯ ಅಂಗಾಂಶಗಳು ವಿವಿದ ರೂಪಗಳನ್ನು ಹೊಂದಿ ಬೇರೆ ಬೇರೆ ಅಂಗಗಳ ರಚನೆ ಆಗಿದೆ ವಿವಿದ ಅಂಗಗಳು ದೇಹದ ಬೇರೆ ಬೇರೆ ಸ್ಥಾನದಲ್ಲಿ ವಿಶಿಷ್ಟ ಕಾರ್ಯವನ್ನು ಮಾಡುತ್ತವೆ

ಉಸಿರಾಡುವುದಕ್ಕೆ ಶ್ವಾಸ ಕೋಶಗಳು,

ಆಹಾರ ಸೇವನೆ,ಪಚನ, ಆಗುವುದಕ್ಕೆ ಜೀರ್ಣಾಂಗ ವ್ಯೂಹ,

ವಸ್ತುಗಳನ್ನು ಸಾಗಣೆಗೆ ರಕ್ತ ಪರಿಚಲನೆ

ಹೀಗೆ ಪ್ರಾಣಿಗಳ ದೇಹ ರಚನೆ ಆಗಿ ಎಲ್ಲಾ ಅಂಗಾಂಗಗಳು ಸಮನ್ವಯದಿಂದ ಇವೆ.

ಅಂಗಾಂಶಗಳ, ರಚನೆ, ಅವುಗಳಲ್ಲಿ ಬಹುರೂಪತೆ, ವಿಶಿಷ್ಟ ಕಾರ್ಯಗಳ ವಿಶೇಷತೆ ಇರುವುದರಿಂದ ಪ್ರಾಣಿಗಳ ಸಸ್ಯಗಳ ಹಾಗೆ ಒಂದೇಕಡೆ ಇರುವುದಿಲ್ಲಾ ಚಲನೆ ಇರುವುದು'

ಪ್ರಮುಖ ಕಾರ್ಯಗಳು

ರಕ್ಷಿಸುವುದು –PROTECTION-COVERING

ವಿನಿಮಯ–EXCHANGE

ಹೀರುವಿಕೆ– ABSORPTION ಸ್ರ

ವಿಸುವಿಕೆ– PRODUCING

ಅರೆ ಪಾರಕ ಶೋಧನೆ– SELECTIVE FILTRATION

ಸಂವೇದನ ಗ್ರಹಿಸುವಿಕೆ– RECEIVING STUMILI -RESPONDING

ಉತ್ಪಾದನೆ –PRODUCTION

ಪ್ರಶ್ನೆಗಳು-ಉತ್ತರಿಸಲು -ಪ್ರಯತ್ನಮಾಡಿ

1. 4 ಬಗೆಯ ಅಂಗಾಂಶಗಳ ಹೆಸರನ್ನು ಪಟ್ಟಿಮಾಡಿ 7 ಪ್ರಮುಖ ಕಾರ್ಯಗಳೇನು? 7

2. ಕಾರ್ಯಗಳಲ್ಲಿ ಯಾವುದಾದರು ಒಂದು ಕಾರ್ಯ ನಿಂತರೆ ಇತರೆ ಕಾರ್ಯಗಳ ಪರಿಣಾಮವೇನು?

3. ಅನುಲೇಪಕ ಅಂಗಾಂಶ ಇದರ ಪ್ರಾಮುಖ್ಯತೆ ಏನು?

4. ಪ್ರಾಣಿಗಳಿಗೆ ಅಂಗಾಂಶದ ಆವಶ್ಯಕತೆ ಇದೆಯಾ? 3 ಕಾರಣ ತಿಳಿಸಿ

5. ಅಂಗಗಳು ಹೇಗೆ ಆಗುವುದು?

6. ಭೂಚರ, ಜಲಚರ ಹಾಗೂ ಪಕ್ಷಿ ಗಳಲ್ಲಿ ಅಂಗಾಂಶಗಳ ಆವಶ್ಯಕತೆ ಏನು?

7. ಶಾಶ್ವತ ಅಂಗಾಂಶದ ಕೆಲಸ - FUNCTIONS OF SIMPLE PLANT TISSUES.-.

8. ಅಂಗಾಂಶ ಪದಕ್ಕೆ ನಿರೂಪಣೆ ಕೊಡಿ

ಸಸ್ಯಗಳಲ್ಲಿ ಇರುವ ಕೆಲವು ಅಂಗಾಂಶಗಳು:

ಪೆರೆಂಕೈಮಾ- ಜೀವಂತ, ತೆಳುವು ಕೋಶಭಿತ್ತಿ, ಸಡಿಲ ಜೋಡಣೆ, ಕೋಶಗಳ ನಡುವೆ ಅಂತರ ಕೋಶಾವಕಾಶ, ಆಧಾರ ಕೊಡುವುದು,ಆಹಾರ ಸಂಗ್ರಹಣ,ದ್ಯುತಿಸಂಶ್ಲೇಷಣ ಕ್ರಿಯೆಗೆ ಸಹಾಯ

ಕೊಲಂಕೈಮಾ-ಎಲೆ, ಕಾಂಡ ಮುರಿಯದಂತೆ ಬಾಗುವಿಕೆಗೆ ಸಹಾಯ, ಯಾಂತ್ರಿಕ ಆಧಾರ,ಜೀವಂತ ಅಂಗಾಂಶ, ಎಪಿಡೆರ್ಮಿಸ ಕೆಳಗೆ ಇರುವುದು,ಉದ್ದದಾಕಾರ, ತುದಿಯಲ್ಲಿ ದಪ್ಪ,.

ಸ್ಕ್ಲಿ ರೆಮ್ಕೈಮಾ ನಿರ್ಜೀವ ಕೋಶಗಳು-ನೀಳವಾಗಿವೆ,ಕೋಶಭಿತ್ತಿ ಲಿಗ್ನಿನ್ ವಸ್ತು ಇದೆ,ಸಿಮೆಂಟ್ ರೀತಿ ಕೆಲಸ,ಎಲೆಗಳ ನಾರು,ನಾಳ ಕೊರ್ಚ, ಬೀಜಗಳು,ಕಾಯಿಗಳು,ಕವಚ ಆಗುವುದು

ಹೊರಪದರದ ಕೋಶಗಳನ್ನು ಎಪಿಡ ಮೀಸ್ epidermis, ಒಂದೆಪದರದ ಕೋಶಗಳು,ನೀರು ಹೊರಗೆ ಹೋಗಲು ಬಿಡುವುದಿಲ್ಲಕಾಪಾಡುವುದು,ಅಂತರ್ ಕೋಶಾವಕಾಶ ಇಲ್ಲ.

ಇದರಲ್ಲಿ ಪತ್ರ ರಂಧ್ರ ಇವೆ -stomata,ಇದರಲ್ಲಿ ಕಾವಲು ಕೋಶಗಳಿವೆ, ಭಾಷ್ಪವಿಸರ್ಜನೆಗೆ ಸಹಾಯ, ಬೇರಿನಲ್ಲಿ ನೀರನ್ನು ಹೀರಿಕೊಳ್ಳುವುದು, ಕ್ಯೂಟಿನ್ ಪದರ ಮರುಭೂಮಿಯಾ ಸಸ್ಯಗಳಲ್ಲಿ ತೊಗಟೆ ಈ ಕೋಶಗಳ ಪದರಗಳಿಂದ ಆಗುವುದು, ಇದರಲ್ಲಿ ಸೊಬರೀನ್ ಈದೆ ಕಾಂಡದಬಳಗೆ ನೀರು, ಗಾಳಿ ಬರುವುದನ್ನು ತಡೆಯುವುದು.

ತೊಗಟೆ ಈ ಕೋಶಗಳ ಪದರಗಳಿಂದ ಆಗುವುದು,ಇದರಲ್ಲಿ ಸೊಬರೀನ್ ಈದೆ

ಕಾಂಡದಒಳಗೆ ನೀರು,ಗಾಳಿ ಬರುವುದನ್ನು ತಡೆಯುವುದು.

ಕೈಲಂ xylem- ಫ್ಲೋಎಂ-phloem ವಾಹಕ ಅಂಗಾಶ, (transporttissues).

ಈ ಅಂಗಾಶಗಳು ಒಟ್ಟಿಗೆಯಾಗಿ ನಾಳ ಕೂರ್ಚ ಆಗುವುದು-vascularbundle.

ಕೈಲಂ xylem- ಟ್ರೇಕಿಡ್ ನಾಳ, ಕೈಲಂ ಪೆರೆಂಕೈಮಾ, ಕೈಲಂ ನಾರು,-ದಪ್ಪ ಕೋಶಭಿತ್ತಿ, ನಿರ್ಜೀವ,-ನೀರು ಲವಣ ಸಾಗಾಣಿಕೆ,ಆಹಾರ ಸಂಗ್ರಹಣಾ,ಆಧಾರ ಇವುಗಳ ಮುಖ್ಯ ಕೆಲಸ, ಮೇಲಕ್ಕೆ ಮಾತ್ರ ಚಲನೆ

ಫ್ಲೋಎಂ-phloem-ಕೋಶಗಳು ಜೀವಂತ,-ವಸ್ತುಗಳು ಕೆಳಕ್ಕು, ಮೇಲಕ್ಕು ಚಲಿಸಲು ಅನುಕೂಲ, ಎಲೆಗಳಲ್ಲಿ ತಯಾರಾದ ಆಹಾರವನ್ನು ಬೇರೆ ಅಂಗಾಂಶಗಳಿಗೆ ಸರಬರಾಜು

4 ರೀತಿಯ ಕೋಶಗಳು- ಜರಡಿ ನಾಳಗಳು, ಸಂಗಾತಿ ಕೋಶಗಳು, ಫ್ಲೋಎಂ-phloem-ನಾರುಗಳು, ಫ್ಲೋಎಂ-phloem- ಪೆರೆಂಕೈಮಾ,

ಉತ್ತರಿಸಿ

ಅಂಗಾಂಶ ಪದಕ್ಕೆ ನಿರೂಪಣೆ ಕೊಡಿ

ಕ್ಸೈಲಮ್ ಅಂಗಾಂಶದ ಘಟಕಗಳ ಹೆಸರನ್ನು ಪಟ್ಟಿಮಾಡಿ

ಪೆರೆಂಕೈಮಾ, ಕೊಲಂಕೈಮಾ, ಸ್ಕ್ಲಿ ರೆಮ್ಕೈಮಾ ಕೋಶಗಳ ವ್ಯತ್ಯಾಸಾ ತಿಳಿಸಿ

ಪತ್ರರಂಧ್ರಗಳು ಎಲ್ಲಿರುತ್ತವೆ, ಯಾವ ಅಂಗಾಂಶದಿಂದ ಆಗಿದೆ?

ಫ್ಲೋಎಂ-phloem -ರಚನೆ ಕಾರ್ಯ ತಿಳಿಸಿ

2-ರೀತಿಯ ಅಂಗಾಶಗಳು ಯಾವುವು ತಿಳಿಸಿ-ಕಾರ್ಯಗಳೇನು?

ಕ್ಸೈಲಮ್ ಅಂಗಾಂಶದ ಘಟಕಗಳ ಹೆಸರನ್ನು ಪಟ್ಟಿಮಾಡಿ

ಪೆರೆಂಕೈಮಾ, ಕೊಲಂಕೈಮಾ, ಸ್ಕ್ಲೆರೆಂಕ್ಮೈಮಾ ಕೋಶಗಳ ವೃತ್ಯಾಸಾ ತಿಳಿಸಿ

ಪತ್ರರಂದ್ರಗಳು ಎಲ್ಲಿರುತ್ತವೆ, ಯಾವ ಅಂಗಾಂಶದಿಂದ ಆಗಿದೆ?

ಫ್ಲೋಎಂ-phloem –ರಚನೆ ಕಾರ್ಯ ತಿಳಿಸಿ

ಶಾಶ್ವತ ಅಂಗಾಶಗಳು-PERMANENT PLANT TISSUES

ವರ್ಧನ ಅಂಗಾಂಶದ ಕೋಶಗಳು ವಿವಿದರೀತಿಯ ಶಾಶ್ವತ ಅಂಗಾಶಗಳಾಗಿ ರೂಪಾಂತರಗೊಳ್ಳುತ್ತವೆ

ಕೋಶವಿಭಜನೆಯ ಸಾಮರ್ಥ್ಯವನ್ನು ಕಳೆದುಕೊಂಡಿರುವ ಕೋಶಗಳು

1 ಸರಳ ಶಾಶ್ವತ ಅಂಗಾಶಗಳು 2 ಸಂಕೀರ್ಣ ಶಾಶ್ವತ ಅಂಗಾಶಗಳು

ಸರಳ ಶಾಶ್ವತ ಅಂಗಾಶಗಳ ಕೋಶಗಳ ಹೆಸರು

ಪೇರಂಕೈಮ,-(PARENCHYMA)

ಕ್ಲೋರಂಕೈಮ(CHLORENCHYMA)

(ಎರಂಕೈಮ, aerenchyma)

ಸ್ಕ್ಲೆರಂಕೈಮಾ(SCLRENCHYMA)

ಕೊಲೆಎನ್ಕೈಮಾ(COLLENCHYMA)

ಎಪಿಡರ್ಮೀಸ್, ಪತ್ರ ರಂದ್ರಗಳು, ಕಾವಲು ಕೋಶಗಳು, ಲಿಜ್ಞಿನ್, ಕ್ಯೂಟಿನ್,ಸೊಬರಿನ್,ಬೇರಿನರೋಮಗಳು etc.,

2 ಸಂಕೀರ್ಣ ಶಾಶ್ವತ ಅಂಗಾಶಗಳು ಸಂಕೀರ್ಣ ಶಾಶ್ವತ ಅಂಗಾಶಗಳು ವಿವಿದರೀತಯ ಕೋಶಗಳಿಂದ ಆಗಿದೆ,

ವಾಹಕ ಅಂಗಾಂಶಗಳು, =(TRANSPORT TISSUES)

ನಾಳ ಕೂರ್ಚ –vasuclar bundle, ಕ್ಸೈಲಮ್ + ಫ್ಲೋಎಮ್

ಕ್ಸೈಲಮ್(xylem) –ಟ್ರೇಕಿಡ್ ನಾಳಗಳು, ಕ್ಸೈಲಮ್ ಪೇರಂಕೈಮ,ಕ್ಸೈಲಮ್ ನಾರು

ಫ್ಲೋಎಮ್(phloem)-ಜರಡಿ ನಾಳಗಳು, ಸಂಗಾತಿ ಕೋಶಗಳು, ಫ್ಲೋಎಮ್

ವರ್ಧನ ಅಂಗಾಂಶ-MERISTAMATIC TISSUE.

ವರ್ಧನ ಅಂಗಾಂಶ ಎಂದರೇನು?

ಕೋಶಗಳನ್ನು ವಿಭಜನೆಯ ಮೂಲಕ ಹೊಸ ಕೋಶಗಳನ್ನು ತೀವ್ರಗತಿಯಿಂದ ತಯಾರಿಸುವ ತುದಿ ಕೋಶಗಳನ್ನುವರ್ಧನ ಅಂಗಾಂಶ ಎನ್ನುವರು.

ತುದಿ ವರ್ಧನ ಅಂಗಾಂಶ –APICAL MERISTIM

ಪಾರ್ಶ್ವ ವರ್ಧನ ಅಂಗಾಂಶ –LATERAL MERISTEM

ಅಂತರಗೆಣ್ಣು ವರ್ಧನ ಅಂಗಾಂಶ- INTERCALARY MERISTEM

ವರ್ಧನ ಅಂಗಾಂಶ ಕೋಶಗಳನ್ನು ವಿಭಜನೆಯ ರೀತಿಯಲ್ಲಿ ಹೊಸ ಕೋಶಗಳನ್ನು ತೀವ್ರಗತಿಯಿಂದ ತಯಾರಿಸುತ್ತವೆ. ಉದಾಹರಣೆ: ಬೇರು ತುದಿ.

ಕೋಶಗಳು ಕ್ರಮೇಣ ಬೆಳೆದು ಪ್ರೌಢತೆಯನ್ನು ಗಳಿಸಿ ಆಕಾರ, ಲಕ್ಷಣ,ಕಾರ್ಯ,ಸ್ಥಳ, ಬದಲಾಯಿಸುತ್ತವೆ-ಶಾಶ್ವತ ಅಂಗಾಂಶಗಳಾಗಿ ಪರಿವರ್ತನೆ ಆಗುವುದು

ಉದಾಹರಣೆ: ಕ್ಸೈಲಮ್-xylem, ಫ್ಲೋಎಮ್-phloem

ಹೊಸಕೋಶಗಳು ಪ್ರಾರಂಬದಲ್ಲಿ ವರ್ಧನ ಅಂಗಾಂಶದ ಕೋಶಗಳಹಾಗೆ ಇರುತ್ತವೆ, ಬೆಳವಣಿಗೆ ಇಂದ ಪ್ರೌಢತೆಯಾಗಿ ಗುಣಲಕ್ಷಣ ಮತ್ತು ಕಾರ್ಯ ಬದಲಾವಣೆ ಆಗುವುದು, ಇತರೆ ಅಂಗಾಂಶಗಳ ಘಟಕವಾಗಿ ಕಾಣಿಸುತ್ತವೆ ಈ ಕ್ರಿಯೆಗೆ ವಿಭೇದಿಕರಣ (differentiation) ಎನ್ನುವರು

ಪ್ರಶ್ನೆಗಳು

ವರ್ಧನ ಅಂಗಾಂಶದಲ್ಲಿ ರಸದಾನಿ ತುಂಬಾ ಚಿಕ್ಕುದು ಅಥವಾ ಇಲ್ಲಾ-ಏಕೆ?

ಹೊಸಕೋಶಗಳು ಎಲ್ಲಿಹೋಗುತ್ತವೆ?

ವಿಭೇದಿಕರಣ(differentiation) ಎಂದರೇನು?

ಕೋಶ ಕೃಷಿ -cell culture ಮಾಡಲು ಯಾವರೀತಿಯ ಅಂಗಾಂಶಗಳನ್ನು ಉಪಯೋಗಿಸಬಹುದು?

ಸಸ್ಯಗಳ ಕಸಿ ಎಂದರೇನು? ಯಾವರೀತಿಯ ಅಂಗಗಳನ್ನು ಉಪಯೋಗಿಸಬೇಕು?

ತುದಿ ಅಂಗಾಂಶಗಳನ್ನು ನಾಶಪಡಿಸಿದರೆ ಸಸ್ಯಗಳ ಮೇಲೆ ಪರಿಣಾಮವೇನು?

ಸಸ್ಯದ ಬೆಳವಣಿಗೆಗೂ, ಪ್ರಾಣಿಗಳ ಬೆಳವಣಿಗೆಗೂ ಇರುವ ವ್ಯತ್ಯಾಸವೇನು?

ಪ್ರಶ್ನೆಗಳು

ರಕ್ತದ ಬಣ್ಣ ಕೆಂಪು, ಕಾರಣ ಹಿಮೆ ಎಂಬ ವಸ್ತು. ರಕ್ತದ ರಚನೆಯಲ್ಲಿ ಪ್ಲಾಸ್ಮಾ, ಕೆಂಪು ಕಣಗಳು, ಬಿಳಿಯ ಕಣಗಳು, ಪ್ಲೇಟ್ ಲೆಟ್ ಇರುವುದು.ರಕ್ತದಲ್ಲಿ 4 ಮುಖ್ಯ ಗುಂಪು-ವಿಧ ಇರುವುದು, ಅವು

1. A ರಕ್ತದ ಗುಂಪು, 2. B ರಕ್ತದ ಗುಂಪು, 3. AB ರಕ್ತದ ಗುಂಪು, 4. O ರಕ್ತದ ಗುಂಪು.

   ರಕ್ತ ದ ಗುಂಪು ಗಳ ಕೆಲಸ, ರಚನೆ ಬೇರೆ-ಬೇರೆ ಆಗಿರುವುದು.ಕೆಂಪು ರಕ್ತ ಕಣದ surface ನಲ್ಲಿ antigen ಇರುತ್ತದೆ.plasma ದಲ್ಲಿ antibody (Immunoglobin) ಇರುತ್ತವೆ.

Antigen-Antibody ಇವುಗಳು ಹೊರಗಿನ ವಸ್ತುಗಳು ರಕ್ತಕ್ಕೆ ಸೇರಿಕೊಂಡಾಗ ಪ್ರತಿರೋಧಕ ಕ್ರಿಯೆಗಳನ್ನು ಮಾಡುತ್ತವೆ. ರಕ್ತದ ರಚನೆ ಯಲ್ಲಿ Fe-ಕಬ್ಬಿಣದ ಅಂಶ ಇದ್ದರೆ ರಕ್ತ ಸರಿಯಾಗಿ ಕಾರ್ಯ ಮಾಡುವುದು ಮತ್ತು ಕೆಂಪು ಬಣ್ಣ ಇರುವುದು. ರಕ್ತದ ರಚನೆ ಯಲ್ಲಿ Fe-ಕಬ್ಬಿಣದ ಅಂಶ ಕಡಿಮೆ ಆದಾಗ ಅನೇಮಿಯ ರೋಗದ ಲಕ್ಷಣಗಳು ಕಂಡು ಬರುವುದು, ಆಮ್ಲ ಜನಕವನ್ನು ಸಾಗಿಸಲು ಇದು ಮುಖ್ಯ.

1.   A ರಕ್ತದ ಗುಂಪು ನಲ್ಲಿ A antigen, ಮತ್ತು antibody B, ಇರುವುದು,

2.   B ರಕ್ತದ ಗುಂಪು, B antigen, ಮತ್ತು antibody A, ಇರುವುದು,

3.   AB ರಕ್ತದ ಗುಂಪು, A & B antigen, ಇರುವುದು, antibody ಇರುವುದಿಲ್ಲ.

4.   O ರಕ್ತದ ಗುಂಪು. Antigen ಇರುವುದಿಲ್ಲ, antibody A & B ಇರುವುದು

ಈ ಕೆಳಗಿನ ಯಾವ ರಕ್ತದ ಗುಂಪಿನಲ್ಲಿ antigen A ಮತ್ತು B ಇರುವುದು, ಆದರೆ antibody ಇರುವುದಿಲ್ಲ?

A ರಕ್ತದ ಗುಂಪು. (2) B ರಕ್ತದ ಗುಂಪು,

(3) O ರಕ್ತದ ಗುಂಪು, (4) AB ರಕ್ತದ ಗುಂಪು

ಈ ಕೆಳಗಿನ ಯಾವ ರಕ್ತದ ಗುಂಪಿನಲ್ಲಿ antibody ಇರುವುದಿಲ್ಲ?

A ರಕ್ತದ ಗುಂಪು. (2) B ರಕ್ತದ ಗುಂಪು,

(3) O ರಕ್ತದ ಗುಂಪು, (4) AB ರಕ್ತದ ಗುಂಪು

ಈ ಕೆಳಗಿನ ಯಾವ ರಕ್ತದ ಗುಂಪಿನಲ್ಲಿ antibody-B ಇರುವುದು?

A ರಕ್ತದ ಗುಂಪು. (2) B ರಕ್ತದ ಗುಂಪು,

(3) O ರಕ್ತದ ಗುಂಪು, (4) AB ರಕ್ತದ ಗುಂಪು

ಈ ಕೆಳಗಿನ ಯಾವ ರಕ್ತದ ಗುಂಪಿನಲ್ಲಿ antibody-A ಇರುವುದು?

A ರಕ್ತದ ಗುಂಪು. (2) B ರಕ್ತದ ಗುಂಪು,

(3) O ರಕ್ತದ ಗುಂಪು, (4) AB ರಕ್ತದ ಗುಂಪು

A procedure in which a patient intravenously receives blood from a healthy donor, usually during surgery or for other medical conditions.

ಅಭಿದಮನಿಯ ಮೂಲಕ ರಕ್ತ ವರ್ಗಾವಣೆಗೆ- blood transfusion ಎನ್ನುವರು.

ರಕ್ತದ ಗುಂಪನ್ನು ಹೋಲಿಕೆ ಮಾಡಿ ರಕ್ತ ವರ್ಗಾವಣೆ ಮಾಡುತ್ತಾರೆ.

ಯಾವ ರಕ್ತದ ಗುಂಪನ್ನು ಯೂನಿವರ್ಸಲ್ ಡೋನರ್ ಎನ್ನುವರು?

A ಗುಂಪು (2) B ಗುಂಪು (3)) AB ಗುಂಪು (4) O ಗುಂಪು

ಯಾವ ರಕ್ತದ ಗುಂಪನ್ನು ಯೂನಿವರ್ಸಲ್ ರಿಸೀವರ್ ಎನ್ನುವರು?

A ಗುಂಪು (2) B ಗುಂಪು (3) AB ಗುಂಪು (4) O ಗುಂಪು

ರಕ್ತ ತೆಗೆದುಕೊಳ್ಳುವವರ (RECEIVER) ರಕ್ತದ ಗುಂಪು, ರಕ್ತ ದಾನ ಮಾಡುವವರ(DONOR)

ಎರಡು MATCH ಆಗಬೇಕು. A ಗುಂಪು ಅನೇಕ ರೀತಿ ಇರುತ್ತದೆ, ಸರಿಯಾದ MATCH ಆಗದಿದ್ದರೆ agglutination ಅಂದರೆ antigen-antibody reaction ಆಗಿ ರಕ್ತದ ಕಣಗಳು ಹೆಪ್ಪು ಗಟ್ಟಿ ರಕ್ತ ತೆಗೆದುಕೊಳ್ಳುವವರ ಸ್ಥಿತಿ serious ಆಗುವುದು.

ಈ ಕೆಳಗೆ ಕೊಟ್ಟಿರುವ ಯಾವ ರಕ್ತದ ವರ್ಗಾವಣೆ ಅಪಾಯಕಾರಕ?

A ಗುಂಪು + B ಗುಂಪು (2) A ಗುಂಪು + A ಗುಂಪು

(3) A ಗುಂಪು + AB ಗುಂಪು (4) A ಗುಂಪು + O ಗುಂಪು

Universal Receiver-AB, Universal Donor-O

DNA ಅಂದರೆ ಡಿ ಆಕ್ಸಿ ರೈ ಬೋ ನ್ಯೂಕ್ಲಿಯಕ್ ಆಮ್ಲ

ಇದು ಎಲ್ಲಾ ಜೀವಿಗಳ ಅನುವಂಶಿಕತೆಯ ಮೂಲ.

DNA ರಚನೆಯನ್ನು James Watson ಮತ್ತು Francis Crick 1953 ರಲ್ಲಿ ವಿವರಿಸಿ,1962 ರಲ್ಲಿ NOBEL ಪಾರಿತೋಷಕ ಪಡೆದರು.

DNA ರಚನೆಯಲ್ಲಿ 4 ರೀತಿಯ ನೈಟ್ರೊಜೆನ್ ಸಂಯುಕ್ತಗಳ ಜೋಡಣೆ ಆಗಿರುವುದು.

ಅಡೆನಿನ್-ಸಂಕೇತ (A), ಗ್ವಾನೀನ್ ಸಂಕೇತ (G), ಸೈಟೋಸಿನ್ ಸಂಕೇತ (C), ಥೈಮೀನ್ ಸಂಕೇತ (T) ಇರುತ್ತವೆ.

ಅಡೆನಿನ್ - A ಮತ್ತು ಥೈಮೀನ್ -T, ಜೊತೆ ಇರುತ್ತವೆ,ಇವು ಗಳಲ್ಲಿ 2 ಹೈಡ್ರೊಜೇನ್ bond ಗಳಿರುವುದು.

ಗ್ವಾನೀನ್ - G, ಸೈಟೋಸಿನ್-C ಜೊತೆ ಇರುತ್ತವೆ,ಇವು ಗಳಲ್ಲಿ 3 ಹೈಡ್ರೊಜೇನ್ bond ಗಳಿರುವುದು.

DNA ರಚನೆ, ಕಾರ್ಯ, ವಿವಿಧ.

ಆಹಾರದಲ್ಲಿ ಇರುವ ಇರುವ ಘಟಕಗಳಲ್ಲಿ ಹೆಚ್ಚು ಶಕ್ತಿ ಕೊಡುವ ವಸ್ತು ಯಾವುದು?

- CARBOHYDRATE- ಶಕ್ಕರ – ಪಿಷ್ಟ

ಹಣ್ಣುಗಳನ್ನು ಕೃತಕವಾಗಿ ಪಕ್ವ ಗೊಳಿಸಲು ಯಾವ ವಸ್ತು ಬೇಕು? - ಏತಿಲೀನ್ (ETHYLENE)

ರಿಕೆಟ್ಸ್ ಎಂಬ ಮಕ್ಕಳ ಮೂಳೆಗೆ ಸಂಭಂದಿಸಿದ ಅನಾರೋಗ್ಯ ಯಾವ ವಿಟಮಿನ್ ಕೊರತೆಯಿಂದ ಆಗುವುದು?

- ವಿಟಮಿನ್- D.

ಸ್ಕರ್ವಿ ಎಂಬುದು ವಿಟಮಿನ್ C ಕೊರತೆಯಿಂದ ಆಗುವುದು, ಲಕ್ಷಣಗಳೇನು?

- ವಸಡು (GUMS) ಯಲ್ಲಿ ರಕ್ತ ಬರುವುದು.

ರಾತ್ರಿ ಅಂಧತೆ (NIGHT BLINDNESS) ಎಂಬ ಕಣ್ಣಿನ retina ಸಮಸ್ಯೆ, ಬೆಳಕು ಕಡಿಮೆಯಲ್ಲಿ ಸರಿಯಾಗಿ ಕಾಣುವುದಿಲ್ಲ, ಇದಕ್ಕೆ ಕಾರಣ, ಯಾವ ವಿಟಮಿನ್ ಕೊರತೆ?

- ಕಾರಣ ವಿಟಮಿನ್ A ಕೊರತೆ

ಕಣದಂಗಗಳು

- ಎಂಡೋಪ್ಲಾಸ್ಮಿಕ್ ರೆಟಿಕೂಲಮ್.

ENDOPLASMIC RETICULUM. ಪೊರೆ ಸಹಿತ ಕೋಶ ದ್ರವದಲ್ಲಿ ಕೊಳುವೆ ಮತ್ತು ಹಾಳಿಗಳ ರೀತಿ ಕೋಶ ಕೇಂದ್ರದಿಂದ ಪ್ಲಾಸ್ಮಾ ಪೊರೆಯತನಕ ಇರುವುದು RER-ಮತ್ತು SER ಎರಡು ರೀತಿ, RER (ಒರಟು) ರೈಬೊಸೋಮ್ ಇರುತ್ತದೆ ER- smooth ಎಂಡೋಪ್ಲಾಸ್ಮಿಕ್ ರೆಟಿಕ್ಯೂಲಮ್ ಅನೇಕ ಕಾರ್ಯಗಳನ್ನುಮಾಡುತ್ತವೆ. ಪ್ರೋಟೀನ್ ಉತ್ಪಾದನೆ,ಪೊರೆಗಳ, ಹಾಗೂ ಇತರೆ ಲಿಪಿಡ್ಸ್ ಉತ್ಪಾದನೆ, Ions ಮತ್ತು ಕಣಗಳ ಸಾಗಾಣಿಕೆ, ಕೋಶದ ಆಕೃತಿಗೆ ಆಧಾರ.

ಅನೇಕ ರಾಸಾಯನಿಕ ಕಣಗಳನ್ನು ತಯಾರಿಸಬಹುದು.

ಮೈಟೊಕಾಂಡ್ರಿಯಾ-MITOCHONDRIA

ಎಲ್ಲಾ ಜೈವಿಕ ಕ್ರಿಯೆಗಳಿಗೆ energy-ಶಕ್ತಿ ಬೇಕು

- ಮೈಟೊಕಾಂಡ್ರಿಯಾ ಒಳ ಉಸಿರಾಟ- (ಇಂಟರ್ನಲ್) ಶಕ್ತಿಯನ್ನು ಬಿಡುಗಡೆ ಮಾಡುತ್ತವೆ

ಮೈಟೊಕಾಂಡ್ರಿಯಾ ಕಣದಂಗ ಆಮ್ಲಜನಕವನ್ನು ಉಪಯೋಗಿಸಿಕೊಂಡು ATP molecule -ಕಣದ ರೂಪದಲ್ಲಿ ಗ್ಲುಕೊಸ + ಆಮ್ಲಜನಕ+enzymes-----------------

ಶಕ್ತಿ ಕಣ ಗಳರೂಪ ATP,ಈ ಕಣಗಳು ಕೋಶಗಳ ಶಕ್ತಿಯ ನಾಣ್ಯ,/ ಶಕ್ತಿ ಕೇಂದ್ರ -ಎಂದು ಕರೆಯುತ್ತಾರೆ

ನಂಬಲು ಆಗದಷ್ಟು ಮೈಟೊಕಾಂಡ್ರಿಯಾ ಹೆಂಗಸರ ಅಂಡಾಶಯದಲ್ಲಿ (ova) ಇವೆ.100,00 or more!!!!

ಮನುಷ್ಯರ RBC ಯಲ್ಲಿ ಮೈಟೊಕಾಂಡ್ರಿಯಾ ಇಲ್ಲ.!!!!!!

ಬಹಳ ಸಂಕೀರ್ಣವಾದ ರಚನೆ ಮತ್ತು ಕಾರ್ಯಗಳು

ಪೊರೆಗಳ ರಂಧ್ರದ ಮೂಲಕ ions ಮತ್ತು ಕಣಗಳ ಹೊರಕ್ಕೂ ಒಳಗೂ ಸಾಗಾಣಿಕೆ.

ಕೋಶಗಳ ಒಳ Internal ಉಸಿರಾಡುವಿಕೆ ಮೈಟೊಕಾಂಡ್ರಿಯಾ ಇಂದ ಆಗುವುದು

ಸಸ್ಯಗಳ ಕೋಶಗಳಲ್ಲೂ ಮೈಟೊಕಾಂಡ್ರಿಯಾ ಇವೆ. ರೈಬೋಸೋಮಗಳು, ತಮ್ಮದೇ ಆದ ಪ್ರೋಟೀನ್ ತಯಾರಿಸುತ್ತವೆ.

ಪ್ರಶ್ನೆಗಳು

DNA ಅಂದರೆ ಡಿ ಆಕ್ಸಿ ರೈಬೊ ನ್ಯೂಕ್ಲಿಯಕ್ ಆಮ್ಲ

ಇದು ಎಲ್ಲಾ ಜೀವಿಗಳ ಅನುವಂಶಿಕತೆಯ ಮೂಲ.

DNA ರಚನೆಯನ್ನು James Watson ಮತ್ತು Francis Crick 1953 ರಲ್ಲಿ ವಿವರಿಸಿ,1962 ರಲ್ಲಿ NOBEL ಪಾರಿತೋಷಕ ಪಡೆದರು.

DNA ರಚನೆಯಲ್ಲಿ 4 ರೀತಿಯ ನೈಟ್ರೊಜೆನ್ ಸಂಯುಕ್ತಗಳ ಜೋಡಣೆ ಆಗಿರುವುದು.

ಅಡೆನಿನ್-ಸಂಕೇತ (A), ಗ್ವಾನೀನ್ ಸಂಕೇತ (G), ಸೈಟೋಸಿನ್ ಸಂಕೇತ (C), ಥೈಮೀನ್ ಸಂಕೇತ (T) ಇರುತ್ತವೆ.

ಅಡೆನಿನ್ – A ಮತ್ತು ಥೈಮೀನ್ –T, ಜೊತೆ ಇರುತ್ತವೆ,ಇವು ಗಳಲ್ಲಿ 2 ಹೈಡ್ರೊಜೇನ್ bond ಗಳಿರುವುದು.

ಗ್ವಾನೀನ್ – G, ಸೈಟೊಸಿನ್–C ಜೊತೆ ಇರುತ್ತವೆ,ಇವು ಗಳಲ್ಲಿ 3 ಹೈಡ್ರೊಜೇನ್ bond ಗಳಿರುವುದು.

DNA ರಚನೆ, ಕಾರ್ಯ, ವಿವಿದ.

DNA ಅನುವಂಶಿಕತೆಯ ಮೂಲ. ಇದು ನ್ಯೂಕ್ಲಿಯೋಟೈಡ್‌ಗಳ ಜೋಡಣೆ ಇಂದ ಆಗಿರುವುದು.

ಈ ಕೆಳಗಿನ ಯಾವ ಜೋಡಣೆ ಸರಿ?

(1) A-T, G-C, (2) A-C, T-G (3) A-G, C-T (4) A-T, G-C.

DNA ಅನುವಂಶಿಕತೆಯ ಮೂಲ. ಇದು ನ್ಯೂಕ್ಲಿಯೋಟೈಡ್‌ಗಳ ಜೋಡಣೆ ಇಂದ ಆಗಿರುವುದು. ಈ ಕೆಳಗಿನ ಯಾವ ಜೋಡಣೆ ಸರಿ ಇಲ್ಲಾ?

ಹೊಂದಿಸಿ, ಸರಿಯಾದ ಸಂಕೇತ ಆರಿಸಿ.

1. A-T G-C, 2. A-C T-G 3. A-G C-T 4. A-T G-C.

(a) 1 ಮತ್ತು 2. (b) 1 ಮತ್ತು 3 (c) 1 ಮತ್ತು 2 (d) 1 ಮತ್ತು 4.

11. ಹಿತವಚನ

ಈ ಕೈ ಪಿಡಿ ಯಲ್ಲಿ ಎಲ್ಲಾ ವಿಷಯಗಳ ಬಗ್ಗೆ ತಿಳಿಸಲು ಕಷ್ಟವಾಗುವುದು. ಆದುದರಿಂದ ನನಗೆ ತೋಚಿದ ಮತ್ತು ಪ್ರಮುಖ ವಿಷಯಗಳ ಬಗ್ಗೆ ಪ್ರಶ್ನೆ ಮತ್ತು CONTENT ಸಂಕ್ಷಿಪ್ತವಾಗಿ ಕೊಟ್ಟಿದ್ದೇನೆ.

ಪ್ರೀತಿಯ, ಆತ್ಮೀಯ ಸ್ಪರ್ಧಿಗಳೆ ನಾವು ಏಸ್ತು ಒಳ್ಳೆಯ ಮತ್ತು ಉಪಯುಕ್ತ ವಿಷಯಗಳನ್ನುತಿಳಿಸಿದರೂ ಸಹ, ನಿಮ್ಮ ಪ್ರಯತ್ನ ಇಲ್ಲದೆ ನಿಮ್ಮ Target ತಲುಪಲು ಆಗುವುದಿಲ್ಲಾ. ಪ್ರತಿ ನಿತ್ಯ, GK ವಿಷಯಗಳ ತಿಳಿವಳಿಕೆ, News Paper ಓದುವುದು, TV News ಕೇಳುವುದು, Current Affairs ತಿಳಿದು ಕೊಳ್ಳಲು ಪ್ರಯತ್ನ, ನಿಮ್ಮಹಿಂದಿನ ಅನುಭವ ಇವುಗಳ ಸಹಾಯದಿಂದ ನೀವು Target ತಲುಪಬಹುದು.

ಅನೇಕ ಪ್ರಶ್ನೆಗಳಿಗೆ ಉತ್ತರಗಳನ್ನು ಕೊಟ್ಟಿಲ್ಲಾ, ಅನೇಕ ಪ್ರಶ್ನೆಗಳನ್ನು repeat ಮಾಡಲಾಗಿದೆ. ದಯವಿಟ್ಟು ಉತ್ತರ ಬೇಕಾದರೆ Text Book ಓದಬೇಕು, Google ಮಾಡಬೇಕು. ಬರೆದಿರುವ ವಿಷಯಗಳಲ್ಲಿ ತಪ್ಪುಗಳನ್ನು ಸರಿಪಡಿಸಲು ಪ್ರಯತ್ನ ಮಾಡಿರುತ್ತೇನೆ, ಆದಾಗ್ಯೂ ತಪ್ಪುಗಳಿರಬಹುದು ಕ್ಷಮಿಸಿ.

YouTube ID: Chitradurga Govindarao Nagaraja (CGN)

www.ingramcontent.com/pod-product-compliance
Lightning Source LLC
Chambersburg PA
CBHW060610120726
48002CB00010B/2897